SAANMAN

Mga Kuwento Mula sa Biyahe, Bagahe at Balikbayan Box

Jack A. Alvarez, editor

Unang limbag, Disyembre 2017

ISBN 978-621-95690-3-3

Inilathala ng PageJump Media
3F Unit 323 Vinia Bldg, 929 EDSA, Philam,
Quezon City, Metro Manila
+6329303739; +639178609623
www.pagejumpmedia.com
projects@pagejumpmedia.com

SAANMAN

Mga Kuwento Mula sa Biyahe, Bagahe at Balikbayan Box

Jack A. Alvarez, editor

ANG MGA KUWENTO

PAUNANG SALITA   11

INTRODUKSYON   12

SHEILA ABARRA

Sa Mga Naiwan   16   Paglilinis   17   Kumosyon   17

JENA ABEGAIL J. ACAYEN

Video Call   20   Oasis   20   TB   21

TILDE ACUÑA

Kwarta at Kahon   24   Bigong Bayan,   25   Uminit ang Makina, 25
                           Bagong Bayani   Tumirik ang Daigdig

HERLYN ALEGRE

Pintuang Papel   28   Kublihan   29   Isang Mensahe ng   30
                                                       Pamamaalam
                                                       sa Blangkong Papel

JACK ALVAREZ

Balikbayan Box   34   Balikbayan Box—I 35   Relief Box   38

KEVIN ARMINGOL

Baka Sakali   41   Eroplano   42   Sa Pagitan   43

PENZ BATERNA

Dumating Na   45   Bilog   45   Halaw   45

JUAN BAUTISTA

Palay   47   Hele   47   Chatbox   48

EMMANUEL JAYSON V. BOLATA

| Yakap at Aso | 50 | De-Kuwatro | 50 | Guhit | 51 |

MARISA V. BOLIVAR

| Pregnancy Test | 53 | Parang si Tatay | 53 | Band-Aid | 54 |

MARK NORMAN S. BOQUIREN

| Teddy Bear | 56 | Request | 57 | Masaya. Payapa. Tuwa. | 58 |

CHENLEY CABALUNA

| EX | 60 | Robot | 60 | Foreign Tongue | 61 |

MIKKA ANN CABANGON

| Pasalubong | 63 | Joshua | 63 | Pagpasok | 64 |

AIRA CANLAS

| Picture Frame | 66 | Bayad-Utang | 66 | Bagahe | 67 |

NONON VILLALUZ CARANDANG

| Sumpaan sa Tore ng Eiffel | 69 | Ang Kapalaran ng Kiri | 70 | Ang Bungangera sa Roma | 72 |

F. JORDAN CARNICE

| Paulit-Ulit | 75 | Paano Maglakbay Papuntang Kalawakan at Iwasang Bumalik | 75 | Mula Enero | 76 |

JAN ERRON CELEBRADO

| Good Shot | 78 | Pinay Nurse? | 78 | Bagahe | 79 |

ANDREW CLETE

| Kolorete | 81 | Padala | 82 | Panty | 82 |

MAR ANTHONY SIMON DELA CRUZ

Interbyu sa Nanay Kong Ex-Ofw: Sa Tainan City 85
Interbyu sa Nanay Kong Ex-Ofw: Sa Tel Aviv 87
Interbyu sa Nanay kong Ex-Ofw: Sa London 88

ARMANDO DE LEON JR.

Liberty 91
Trick at Treat 91
Yakap 92

CHINA DE VERA

Bagahe 94
Email 94

WYNCLEF ENERIO

Halik 96
She's Your Wife! 96
Overseas Call 97

EUGENE EVASCO

Raket 100
Request 101
Obra Maestra 101

JAYSON FAJARDO

Mary Ann 104
Hairy Daddy 104
TNTNT 106

ROGENE GONZALES

Nawawala 108
Recording 109
Toblerone 110

ERICA JUSTINE INDUCTIVO

Padala 114
Webcam 114
Busy 114

JERIC JIMENEZ

Gulay 116
Tabo 117
Volleyball 118

PATRICIA LUCIDO

Klik 121
Sulat 121
Walang Niyebe 122

JOLLY MARQUEZ LUGOD

| Umagahan | 124 | Lumiliit Ako sa 'Yong Paningin | 125 | Maia | 126 |

CHERRY MACARILAY

| Liham | 129 | Latay | 129 | Tagumpay | 130 |

TERI MALICOT

| Nanay Milet | 132 | Sa Susunod na Linggo | 132 |

DARWIN MEDALLADA

| Buntot | 134 | Balikbayan | 134 | Sugat | 135 |

FRANCISCO ARIAS MONTESENA

| Pag-Aabang | 137 | Mga Bakas | 138 | Pasalubong | 139 |

MARIA GRACIELLA F. MUSA

| Nasaan nga Pala ang Tatay mo? | 141 | Labingwalong Taong Kasama si Tatay | 142 |

DJHAEMY NAZARENO

| Mabini | 145 | I Love You | 146 | Limang Libong Piso | 146 |

MICHAEL THOMAS NELMIDA

| Trip | 149 | X-Box | 149 | Paruparo | 149 |

TRICIA OKADA

| Dampi | 151 | Sukat | 152 | Pana-Panahon | 154 |

WILMOR PACAY III

| Bagong Aralin | 157 | Matching Type | 158 | Agam-Agam sa Pagbabalik | 159 |

KATHERINE PALISOC

| Papa | 161 | Happy Birthday | 161 | NAIA | 161 |

JEROME PENIT

| Padala | 163 | Pagtanggap | 163 | Pag-uwi | 163 |

LIEZEL PICHAY

| Dear Tatay | 166 | Nasa Mapa ng Mundo ang Pilipinas | 167 | At Home kay Nanay | 169 |

KEVIN PLOPINIO

| Regalo | 173 | Gitara | 174 | Tula | 175 |

MARIA NIKKA POLICARPIO

| Irish Spring | 178 | Endearment | 179 |

EVELYN ANTONIO-PUNAN

| Box | 182 | Mail-Ordered Bride | 182 | Retoke | 183 |

WILFREDO QUIAMBAO

| Package Delivery | 185 | Hapi Bertdey | 185 | Yes, Op Kors | 186 |

FLORENCIO RABINA JR.

| Padala at Pautang | 188 | Pera o Pag-Ibig | 188 | Desisyon | 189 |

ALAIN RAZALAN

| Red Alert | 191 | Message Sent | 191 | Harireya | 192 |

RAYMUNDO REYES

| Soft Copy | 194 | Super Late | 195 | Remittance | 196 |

MARCO ANTONIO RODAS

Pasyong Mahal	198	Tropical Depression	199		

ETHEL SANCHEZ

Uncle	202	Pigtas	203	Tanong	204

LIANNE DALISAY SO

Ambisyosa	207	Tuition Fee	207

EUGENE SOYOSA

Boses	210	Ang Inosenteng Pakyu	211	Katahimikan	213

JOHN TOLEDO

Denn Er Hat Seinen Engeln Befohlen Über Dir	215	Angioplasty	217	14 Pebrero 2012	219

KC VICTORIA

Paboritong Apo	221	Bawal Po	222	Ate Helen	222

BRYAN VILLANUEVA

'Wag ka na mag-Hongkong 'Nay	225	Uuwi na ang Idol Kong si Tatay	225	Magpapadala na si Mommy	226

ANTHONY VILLAPAZ

TV	229	Pintura	229	Kahon	230

PAUNANG SALITA

Hindi pa man isang bansa ang Pilipinas, naglalakbay na ang ating mga ninuno. Isla bawat isla sa loob ng arkipelago, masigla ang ugnayan sa paghahanap ng higit na mainam na buhay at ikabubuhay.

Sa labas ng arkipelago, naitala rin sa pangmalawakang kasaysayan, ang pakikipag-ugnayan, kalakalan, paglalakbay ng ating mga ninuno sa mga karatig na bansa ng Timog Asya, at iba pang kanugnog na lugar.

Kay inam sana kung naitala rin ang detalye ng mga paglalakbay na ito ng ating mga ninuno, mula sa isang pulo tungo sa isa pa, hanggang sa labas ng magiging Pilipinas. Higit sanang naging mayaman, kongkreto, at malinaw ang ating pag-unawa sa ating kasaysayan at sa ating lipi. Ngunit pangkalahatan lamang ang mga naitala sa mga panahong iyon.

Ngayon, ilang dekada nang masigla ang mga paglalakbay, mula bayan tungong lunsod tungong ibang bansa. Naghahanap pa rin tayo ngayon ng mabuting buhay at ikabubuhay. At dahil dito, naaapektuhan hindi lamang ang mga naglakbay, pati na rin ang mga naiwan.

Sa aklat na ito, *Saanman: Mga Kuwento sa Biyahe, Bagahe at Balikbayan Box* na pinamatnugutan ni Jack Alvarez, naitala sa higit na detalyadong pamamaraan ang mga biyaheng ito; at ang nilalamang danas na iniempake sa mga kahon ng pag-aasam at pag-asa. Hindi na pangkalahatan lamang ang pagtatala, higit nang kongkreto: may imaheng makikita ang ating isip, may damdaming sumasali sa ating puso.

Dr. Reuel Molina Aguila

Unibersidad ng Pilipinas, Diliman

INTRODUKSYON

"Kailanma'y hindi ko gustong maging bahagi ng diaspora. Ngunit, kinailangan! Ngayon, ang pagbabalik ay kusang-loob ko. Ang buong buhay ko ay may iisang kahulugan na lamang, ang bumalik sa lupang tinubuang humubog sa aking pagkatao... upang ihandog sa kanya ang lahat! Ang lahat-lahat!"

– *Diaspora*, Genoveva Edroza-Matute

Nang masilip ko ang *Diaspora at iba pang Kwento* ni Genoveva Edroza-Matute, muli akong nangarap.

Noong Mayo 2015, nakatanggap ako ng mahigit 50 entries ng mga dagli para sa isang munting pakontes kasabay ng paglulunsad ng aking unang libro, *Ang Autobiografia ng ibang Lady Gaga*. Patunay lamang na naroon, pumipintig ang puso ng mga bagong sibol na manunulat. Patuloy na nangangarap.

Muli akong nanawagan sa lahat para sa sanlibo't isang dagli na maisisilid sa balikbayan box. Mga samu't saring kuwento ng migrante, pakikipagsapalaran ng mga OFW, silang mga diaspora. Dahil muli't muli silang magbabalik. Hindi upang tutuldukan ang kani-kanilang mga kuwento kundi para ipagpatuloy ang kanilang mga pangarap.

Mula sa mga kapuwa bagong sibol at batikang manunulat na binubuo mismo ng mga OFW mula Saudi, Qatar, Dubai, Hongkong, at Japan, mga karanasan ng mga anak nila at kapamilya sa Amerika at Europa, mga guro at propesor, estudyante, award-winning writers (mula Gawad Eman Lacaba, KWF-Talaang Ginto, Gawad Genoveva Edroza-Matute hanggang Palanca), published writers (mula *Philippine Free Press*, *Philippine Graphics* at *Liwayway*) online contributors (Wattpad at iba pang literary portals), NGO volunteers, cultural workers, activists at iba pang organisasyon at sangay sa loob at labas ng bansa.

At sumibol itong antolohiya.

Jack A. Alvarez
Editor

Para sa lahat ng diaspora,
silang mga migrante, OFWs at mga manlalakbay,
silang nakikipagsapalaran ngayon para sa ating
bukas.

SHEILA ABARRA

Kasalukuyang nag-aaral ng kursong Malikhaing Pagsulat sa Unibersidad ng Pilipinas (UP) Diliman. Taga-Laguna siya at sa bawat biyahe pauwi at pabalik dito ay hilig niyang tumulala sa bintana ng bus kaysa matulog. Mahilig siya sa mga kantang walang gaanong lyrics. Mahilig din siyang maglakad.

SA MGA NAIWAN

UNANG EKSENA NG buhay ko: Nakadayukdok kang nakahilig sa aking mababang balikat habang nakasakay tayo sa bus. Ikalawang eksena ng buhay ko: Ikaw na nakahilig sa umbok ng unan sa ating kuwarto, sa ating bahay. Itinadhana akong umibig sa lalaking may nunal sa talampakan at gusto kong tumakbo palayo tulad niya, at nangyari. Ngunit tila naiwan kita sa aking pagtakbo. Nasa bus ka pa rin ba hanggang ngayon? Sana'y hindi ka pa nakalalayo, parating na ako.

Hindi raw nahanap ng aking ina ang sinasabi mong pag-ibig. Siguro raw ay kaunti, noong unang mga taon nila ng aking ama. Hindi niya maipaliwanag nang sabihin kong hindi ko maunawaan. Mabilis din daw nawala ang pakiramdam ng walang hanggan na nahihinuha niya sa tuwing babangon siya sa umaga. Tila nagiging mga episode raw ng SpongeBob ang mga nangyayari, paulit-ulit. Ngunit iyon naman daw talaga ang kahulugan at pagsubok ng pag-ibig: kung patuloy kang manonood o papatayin mo na ang inyong palabas.

Delikado talaga ang paniniwala nang hindi mo nararanasan. Inunahan ko ang sa tingin ko ay mangyayari. Huwag mong isipin na nakalimutan ko ang pagsalba mo sa akin sa buhay na walang kinabukasan para sa pangarap kong maging abogado. Hindi nawawala sa isip ko na itinira mo ako sa isang bahay na ipinundar ng iyong pagpupursigi noong ikaw ay nasa hayskul pa lamang. Patawarin mo ako kung sa tingin mo ay nasayang ang lahat, nananatili pa naman tayo.

Narito pa rin ako, tinitingnan ka habang nakaupo sa sofa, kung minsan kumakain ng paborito mong ensaymada habang nanonood ng paborito mong pelikula. Naniniwala ako sa eksenang iyan, dahil iyan ang sinabi mo. Ngunit hindi ka naniniwalang tulad ko, sa halip ibubulalas mo sa akin na ang totoo'y nagkudkod ako ng inidoro, nagpakain ng mga batang hindi mo maintindihan ang mga salitang lumalabas sa bibig. Tumigil ka na, tama ka, wala ako sa tabi mo.

Naiintindihan ko, na hindi ako naging abogado at hindi ikaw ang nangibang-bayan. Naiintindihan ko rin na ako ang naghangad ng mas magandang buhay kaysa sa idinudulot mo sa akin. Kung kaya nakipagsapalaran ako sa buhay at nabigo ng sarili kong mga desisyon. Naiintindihan ko na hindi ito tungkol sa paghahanap, ito ay tungkol sa pagtanggap.

Pauwi na ako, mahal, at ang bawat minutong kinukunsumo ng pagbiyahe ay nakalaan para sa mga eksenang susunod sa ating binuong palabas. Ikatlong eksena ng buhay ko: Ako na nakakulong sa iyong mga bisig, sa isang gabi ng realidad, sa ilalim ng kumot ng mga tala.

PAGLILINIS

NAKASANAYAN KO NA, ngunit iba ang araw na ito, walang dapat kikilalaning alikabok ang mga sulok ng dingding.

Araw-araw akong naglalaba para may makain kami ni Buknoy. Napakasakit bilang panganay na makitang mamulot ng plastik ang bunsong kapatid para lang sa isang pakete ng noodles. At hayun ang asawa mo, nagpapakasasa sa matalik mong kaibigan, matagal ko na siyang inalisan ng karapatan bilang ninang ko.

Matagal na rin kitang inalisan ng karapatan bilang ina ko. Hirap na hirap akong makituloy kina Tiya bitbit ang aking kapatid, ni hindi ako pinigilan ng asawa mo. Ni hindi ko alam kung anong presyo ko ipagbibili ang hinuli naming mga palakang-bukid ni Buknoy kaninang umaga. Sana nandito ka nang hindi ko malaman kung anong gagawin ko sa pulang likidong lumalabas sa akin. Sana nandito ka nang pinilit kong umalis sa bahay n'yo ng asawa mo nang makita ko ang kaibigan mo sa kama mo. Sana nandito ka, ngunit iniwan mo na kami, maging ang katawan mo, dumating ka rito upang iyakan, dumating ka rito upang maging rason sa inumagang kapihan at tong-itan, dumating ka rito upang mawala.

Hindi ko naman alam Stella, kung bakit, ngunit wala na akong balak alamin. Sapat na ang bulong-bulungan na pinatay kang walang sala. Sapat na ang mga sulat mo para sa amin na pinilit daw pagkasyahan sa wakwak mong tiyan. Nababasa ko ang pagtapik mo sa amin ni Buknoy sa aming pagtulog, nababasa ko ang mga halik, nababasa ko ang pagiging ina mo. Sa'yo ako nanggaling, ngunit huli na, napuno na ng galit ang puso ko. At hindi sapat ang pagpapatawad upang mabuhay kang muli.

Babalik na kami ni Buknoy sa bahay n'yo ng asawa mo. Aalisin ko ang kahapon na naglambitin sa kisame. Hindi na maaalala, dahil lumot na lamang sa alaala ang babara sa lababo. Wawalisin ko ang sala, ilalim ng telebisyon, aparador at lamesa. Dadakutin ang anumang dumi. Pupunasan ang ibabaw ng mga tukador upang hindi dumikit ang gabok. Wala akong lilingunin, kahit ang asawa mo. Hilod sa bawat sulok at saka muling uulitin ang pagpupunas. Pagkatapos, wiwikain sa aking sarili: malinis na, malinis na ang lahat.

KUMOSYON

HINDI MO MAISULAT kung gaano ka kasaya dahil nagkaroon ka ng panahon para sulatan ang pamilya mo sa Pilipinas. Katulad ng mga kuwentong paulit-ulit, isa kang OFW sa Paris. Doon sa lugar na ang mga babae'y ayaw magsuot ng bra, at open-minded. 'Yan ang sabi ng nagmamagaling mong pamangkin na pumapasok sa UP. Natatandaan mo noong tinanggap niya ang lahat ng parangal niya noong nagtapos siya sa hayskul. Taas noo ang pamangkin mo, at paulit-ulit na isinasagot sa pumapayupoy ang puwitang mga guro niya na: Sa UP po!

Kasabay ang matingkad na ngiti at mahigpit na pagkakahawak sa diploma sa kamay niya.

Ngunit ano ang pinanghahawakan niya? Mula sa pagkaka-construct niya ng pangungusap sa paglalarawan niya sa mga babae sa Paris ay hindi niya alam ang sinasabi niya. Walang kinalaman ang 'di pagsusuot ng bra sa pagiging open-minded.

Kawawa naman ang pamangkin mo. Mukhang nalunod na siya sa pamumuri at stereotyping sa "matatalinong" gaya niya.

Sandali, kanino bang kuwento ito? Sa'yo o sa pamangkin mo? Masasabi kong sa inyong dalawa, dahil wala kayong pinagkaiba. Naniniwala kayo sa inyong sarili lamang, at nagagalit sa katulad ninyo.

Huwag kang magmalaki, hindi porket nasa Paris ka at nakakakain ng blue cheese na hindi nasusuka ay magaling ka na. Baka hindi mo alam, naroon ako noong nagtamo ka ng mainit-init na sampal nang nakalimutan mong bawal nga palang mabasa ang sahig ng palikuran. Nakalimutan mong hindi nga pala gumagamit ng tubig sa paghuhugas ng puwit ang mga Pranses kung dumudumi sila, kailangan ganoon ka rin.

Kawawa ka naman. Hirap nang inabot mo makatapos ka lang sa prestihiyosong unibersidad sa Pilipinas. Tunay naman kasing mandirigma ang nagtapos na kagaya mong mahirap lamang (paano'y dinaig pa ng magaling mong unibersidad ang matrikula ng private universities sa mahal). Mahal na mahal mo ang pamilya mo, pati ang sahig n'yong 'di man lamang malagyan ng linoleum, at ang dingding n'yong 'di man lang mapakinis ng dampi ng purong semento.

Kitang-kita ko kung gaano ka nagpaikot-ikot sa sarili mong palad nang hindi ka natanggap sa pinapangarap mong doctorate sa unibersidad roon.

Hindi mo ba nakikita? Kinulong mo ang sarili mo sa pagtangkilik sa mali mong desisyon. Aminin mo na, takot kang mabisto ng lahat na nagkamali ka. Ngayo'y nag-iisip ka ng iba't ibang palusot upang ipaalam sa pamilya mong maayos kang nag-aaral. Nakuha mo pang magpakuha ng litrato sa pinapangarap mong unibersidad rito at ipadala 'yun sa pamangkin mong taga-UP. Na talaga namang tuwang-tuwang pinagmamalaki ka sa kaniyang mga kaklase. Tutularan ka raw niya.

Tigilan mo na yan, Emma. Halika, tumayo ka riyan at bitawan mo na ang papel, 'di ka makakapagsulat. Uuwi na tayo sa Pilipinas, sapat na ang ipon mo para makauwi, hindi natin mapipilit ang pagkakataon. Naghihintay na ang iyong mga damit at gamit, hindi ba at nag-impake tayo kanina?

Harapin mo na ang katotohanan. Walang magbabago kung tititigan mo ako sa salamin.

JENA ABEGAIL J. ACAYEN

Kasalukuyang Science Teacher at Campus Journalism Adviser ng Kalayaan Elementary School sa Caloocan City. Kumukuha ng MA Filipino: Malikhaing Pagsulat sa UP Diliman.

VIDEO CALL

BUSANGOT NA MUKHA agad ang naging bungad ni Shirley sa nakababatang kapatid pagkaharap na pagkaharap nito sa video call.

"Kung anong laki niyang suso mo, siyang liit n'yang utak mo! Isang sem ka na lang, Beng! 'Di ka pa nakapagpigil ng kati mo?!"

Pigil ang impit na iyak ni Bebeng habang nakayuko. 'Di niya magawang tumingin sa nanggagalaiting kapatid. Laking pasasalamat niya at video call lang ito dahil kung nandito ang ate niya sa Pinas, tiyak n'yang 'di lang sabunot at sampal ang aabutin niya.

"O, anong plano mo? Ni hindi mo man nga lang nagawang ipakilala 'yang nakabuntis sa'yo! Ni 'di ko alam sino 'yang tatay ng dinadala mo!"

"S-s-orry, ate..." garalgal pa rin ang boses ni Bebeng.

"Mababalik pa ba n'yang sorry mo lahat ng pinangmatrikula mo?"

Tuluyan nang naiyak si Bebeng. Wala siyang magawa kundi tanggapin lahat ng sinabi ng ate niya.

Naputol lamang ang iyak niya nang dumating si Roger.

"Yan na ba ang Kuya Roger mo? Pakausap nga."

Iniabot ni Bebeng ang tablet kay Roger at diretsong pumunta sa kusina. Mga ilang minuto ring nag-usap ang mag-asawa.

Maya-maya'y naulinagan n'yang nagpapaalaman na ang mga ito. "Ako na bahalang kumausap kay Bebeng. Wala na tayong magagawa, 'wag ka na magalala, Hon. Ingat ka diyan. I love you."

Ilang saglit pa'y may humawak sa magkabilang braso ni Bebeng. Napapitlag siya at nangilid muli ang luha.

"Buti naman at 'di ka kumanta sa ate mo," sabay ang mapusok na halik nito sa leeg niya.

Tuluyan na siyang humagulgol habang iniisip ang hirap ng ate niya sa Amerika sa paghuhugas ng 'di na mabilang na mga puwit ng matatanda.

OASIS

"ISANG MALAKING DISYERTO ang Saudi, Jose. Baka imbes na makalimot ka, lalo mo lang maalala kung gaano mo kamahal 'yang ex-wife mo."

Ito ang 'di ko makalilimutang pasaring ni Raul sa gitna ng inuman nang minsang umuwi siya ng Pilipinas taong 1995.

Ang limang taong walang tigil na pag-aaway naming mag-asawa ay tinapos namin sa pamamagitan ng paghihiwalay.

"Maigi nga iyon. Wala kong mababalitaan sa kaniya. Magkaroon man siya ng bagong kakasamahin, eh 'di ayos lang. Magkakalimutan talaga."

Desperate move ang ginawa kong pag-a-abroad. Alam kong 'di ko makakalimutan si Dana kung mananatili ako rito at siya naman itong ma-pride na tinangay at tinago na ang mga bata para 'di ko na makita. Mahirap talaga 'pag nagpadalos-dalos sa pag-aasawa.

Ilang gabi at araw ang binilang ko sa Saudi. Umabot sa punto na umiiyak ako dahil gusto kong umuwi para makita ang mga bata, at sige, si Dana na rin, at umaasa na baka maisaayos pa namin ang gusot sa relasyon alang-alang sa mga bata.

Sa mangilan-ngilan kong pagtawag sa mommy ko, kinukumusta ko rin si Dana at ang mga bata.

"Wala kaming balita, Jose," ang gasgas na sagot ni Mommy.

Gusto kong magpaka-ama sa mga bata. Gusto kong magsustento at ibigay ang mga laruan at damit na paunti-unti 'kong naipon para sa kanila. Pero ni 'di ko alam saan ipadadala ang mga kahon na 'to. Ni 'di ko alam kung kanino ipadadala ang sustento.

Tama si Raul. Isa ngang malaking disyerto ang Saudi. Inakala kong matatabunan ng buhangin dito ang sakit na dinulot ng nasirang relasyon ng aking pamilya.

TB

DI USO SA bokabularyo ko ang day-off o walong oras lang na trabaho.

Assistant cook mula Lunes hanggang Sabado sa isang kilalang Filipino Resto dito sa kahabaan ng Ibiza, Spain at rumaraket ng ilang oras na paglilinis ng mga apartment units pagkatapos ng duty sa trabaho. 'Pag Linggo, sinusuyod ko ang mga tambayan ng kapuwa Pinoy para magbenta ng mga de-lata na pinabibili ko sa utol ko sa Pinas.

"Naku Tata, wala ka pa mang asawa ganyan ka na. Baka 'di ka na makapag-asawa n'yan ha. Daig mo pa may TB sa payat!" Biro ni Ate Leny na DH naman ang trabaho rito.

"Kailangan 'te eh. Dumarami pangangailangan sa Lucena nila Nanay at ng mga kapatid ko. Bilhin mo na 'yang mga sardinas! Purga ka na sa Spam eh!" pambobola ko para makaubos na ng paninda.

Pag-uwing pag-uwi sa apartment, binuksan ko ang laptop. Kinuha ang garapon na lagayan ng mga benta at kinuwenta ang kinita ngayong araw.

Di nga nagtagal ay nag-pop up na ang video call mula sa kapatid kong si Nunoy.

"Kuya! Kumusta dyan?" bati ni Nunoy na 'di naman nakatingin sa camera dahil abalang-bala sa paglalaro ng kakabili lang na Xbox.

"Ayos naman, tol. Si Nanay at Tatay?"

"Si Tatay nasa sabungan. D'un na tumitira 'yun. Si Nanay, maagang sinundo ng mga kalaro sa mah-jong. Alam mo na, libangan ng matatanda. Kuya, tour ko na next week. 'Yung pambayad ha." Tutok pa din ito sa nilalaro.

Ni 'di man lang napansin ng kapatid niya ang impis na n'yang mukha at ang biglaang pag-ubo na may kasamang dugo.

TILDE ACUÑA

Nag-aaral ng MA Araling Pilipino sa UP Diliman at nagtapos ng BA Communication Arts (cum laude) sa UP Los Baños. Naging punong-patnugot ng *UPLB Perspective* at fellow sa mga pambansang palihan sa kritisismo (Kritika, J. Elizalde Navarro) at malikhaing pagsulat (Iyas, CCWW). Nailathala ang kaniyang mga sulatin at mga dibuho sa *Kritika Kultura, Tomas, UP Forum, Ani, Pingkian, High Chair*, at sa iba pang antolohiya.

KWARTA AT KAHON

BALIKBAYAN BOX, BALIKBAYAN bucks, anong pagkakaiba, bok?, tanong ng adwana. Pareho lang naman iyon ng tunog at diwa, kaya 'wag nang maginarte pa. Kwarta at Kahon. Napapanahong palitan ng o ang at, dahil maraming nagpupuslit ng kung ano-ano. Ano, hija? Hindi mo alam ang sinasabi ko? Ang henerasyon talagang ito, o. Kwarta o Kahon, inapo niyan ang Pera o Bayong. Hindi mo pa rin—. 'Yan, ganyan ang paraan ng mga gustong guminhawa agad, 'yung iba, kahit lumabas pa ng bansa. Ayaw ninyong magtiyaga at magpataga sa kapuwa Pilipino? Puwes, lumahok kayo sa laro. Sa aming laro.

Lahat, dapat pumasailalim sa kwarta at kahon, dagdag pa ng adwana. Winner-take-all ang lahat ng round. Bayan naman ang panalo rito. Walang talo, maliban sa mga pipitsuging mga kawatang gustong isahan ang bayan (ibang usapin na kung bigtime kawatang maaaring kausapin para sa ikabubuti ng lahat). Kaya kailangan ng inspeksyon, baka may dala kayong impeksyon, mahirap na. Maging mga bayani, dapat ding busisiin—gaano man kabago o kaluma ang mga bayani. Baka kung ano-anong ideya ang dala ninyo, kung ano-anong sandata kontra sa kahirapan, para sa personal na kaunlaran.

***

Bawal umunlad sa bayang ito, bulong ng adwana sa sarili. Maliban na lang kung maunlad na talaga kayo. Bawal umalis sa kinalalagyan. Bawal kumontra sa itinakda nang agos. Bawal ang anumang makapagpapababa sa ratings ng ating retrong laro, kwarta at kahon. Kasama ito sa disenyo, sa ating tadhana: ang magsuplay ng murang lakas paggawa sa ikauunlad ng mundo. Kung uunlad kayong lahat, baka wala nang mag-abroad. Ikahon ang kwarta, magpadulas sa amin, gastahin ang lahat dito sa atin. Kung wala nang mangingibang-bayan, wala na kaming mapupulaang mga taksil sa bayan—at tungkulin naming nakawan kayo dahil ayaw ninyong magtrabaho rito. Nagpapakahirap kaming mangurakot dito at magpagamit sa mga pulitiko, nagpapasarap kayo sa pagpuputa sa ibang bansa. Higit sa aming moral, pinakamahalaga ang ating laro: kwarta at kahon. Ito na ang aming bonus. Hindi namin masingil ang gobyerno, kayo ang pagdidiskitahan namin. Wala kaming bayag, kayo ang babayagan namin.

***

Laban at bawi, tugon ng migrante. Lalaban kami sa pamamagitan ng pagbawi ng aming remittances. Bakit kailangan naming pumaloob sa inyong laro? Kayo ang pumaloob sa alituntunin ng nais naming paligsahan. Kami na nga itong inagrabyado ninyo o ng mga among gumagamit sa inyo, kami pa ang papaloob sa de-kahon ninyong palatuntunan? Paglalaruan pa ninyo kami at uululin sa plot-twist ng baluktot ninyong palabas: kalaban ang adwana at bayani ng mga bagong bayani ang bossing ng adwana nang ipahinto niya ang kwarta at kahon?

Bossing na kami raw ang isa sa mga boss?

Kung kukunin ninyo ang lahat at latakang ititira ninyo sa amin, banta ng migrante, kung kukunin ninyo ang balikbayan box, bucks, pera, bayong, kwarta at kahon, asahan ninyong ibibigay namin ang lahat, isusugal ang lahat para makalaban at makabawi.

Hindi iyan banta, pangako ng migrante, kundi sumpa ng paglaban at pagbawi ng kwarta at kahon hanggang sa panahong sapat na ang rekurso naming tumunggali sa sistemang nagtulak sa aming maglaro ng kwarta at kahon—na siya ring nagtutulak sa amin ngayong lumaban at bumawi, at sa takdang panahon, lumaya sa mga itinatakdang mga larong hindi namin nais lahukan pero pilit ninyong ipinalululon sa amin kahit sukang suka na kami sa pagsukat at pagtimbang ninyo sa pagkatao naming kinukuwenta ninyo batay sa kwarta at kahon—at hindi kailanman sa aming tunay na kuwento.

BIGONG BAYAN, BAGONG BAYANI

NABIGO NIYA ANG kaniyang pamilya dahil binigo at binago ng gobyerno ang pangakong trabaho para sa mga mamamayan. Binago ng pamilya ang mga nakasanayang gawi dahil kailangan n'yang umangkop sa mga bagong gawaing inatas ng dayuhang kumpanyang pinahintulutan ng gobyernong baguhin at hubugin ang mapagpasyang bulto ng mga pamilyang Pilipino.

Bilang kapalit ng sakripisyong itong may kalakip na pasaring ng pagiging di-makabayan sa isang bayang nagpapahalaga sa pagka-makabayan, tinagurian ang mga tulad niya bilang "bagong bayani," sa kabila ng mga pagkabigong dulot ng pagbabago para sa iilan. May pana-panahong mapanghamak itong tono lalo sa mga may monopolyo ng pagka-makabayan. Sa panipat ng ibang nagpoposturang makabayan at nananatili raw sa Pilipinas kahit mahirap, may bayong ang mga bagong bayani sa ulo: mapili, hindi makatiis.

Bagamat sa isang banda, bigo ang bayan kung saan nangingibang-bayan ang mga tinaguriang bagong bayani, magwawagi rin ito lalo kung maisasakatuparan ang pantasya ng pandaigdigang welgang makapagpapahinto sa pag-iral ng buong daigdig, at sa kalauna'y maididikta—oo, ididikta ng inaapi—ang pakahulugan sa ninanais nilang katarungan para sa lahat, kundi man sa nakararami.

Ngunit hanggang hindi ito nangyayari, o ga-hibla man lang ng pantasyang ito, mananatili sa lusak ang bigong bayan ng mga bagong bayaning naghihintay ng hudyat ni Bernardo Carpio bago kubkubin ang sansinukob kung saan hindi lang nagbabago kundi nagbabaga ang bayan at mga aapuhin nitong mga bayani.

UMINIT ANG MAKINA, TUMIRIK ANG DAIGDIG

SA PAGBILIS NG ikot ng daigdig, ang mga bisagra at mga turnilyo ang mga unang naisasangkalan at nagpapasan ng pinagsanib nitong puwersa at bigat. Ayon sa mekaniko ng mga planeta, kailangang maghinay-hinay ang may-ari ng daigdig. "Hindi maaari," wika sa sarili ni Neo. Hindi tulad ng Neo sa The

Matrix, may apelyido ang isang ito: Liberal. "Kailangang lumikha ng yaman para umunlad ang sanlibutan. Upang magkaroon ng tunay na demokrasya para sa mga masisipag na may kalayaang bumili."

Iba-iba ang mga tatak ng mga bisagra at turnilyo, pero Pilipino ang karamihan sa mga ito, at sa ikatlong-uri o third-class na mga korporasyong-hiram inaangkat ang mga naturang produkto. Para kay Neo, mabagal pa ang produksyon ng yaman ng daigdig. Kailangan pabilisin ang pag-ikot nito at pagluluwal ng enerhiyang nagpapaikot nito—ang salapi. Mas maraming salapi, mas maraming enerhiya, mas mabilis ang ikot ng mundong lilikha pa ng mas maraming salaping makalilikha ng mas maraming enerhiya para sa bilis na makapagbibigay ng kasiyahan kay Neo.

Dumating ang araw na kinatatakutan ng mekaniko. Uminit nang uminit ang makina dahil nagasgas na ang mga bisagra at turnilyong nagpapanatili sa daigdig na buo at may-silbi, umiiral at may-pag-iral, at malay. Maraming bisagra at turnilyo ang itinambak para maging scrap-metal, upang tunawin at gawing kapaki-pakinabang upang maibalik sa dating kondisyon ang makina. Pero mas maraming bisagra at turnilyo ang tumindig at nagka-malay. "Putangina, literal ba kaming haligi lang ng daigdig?"

Nagsanib-puwersa ang mga bisagra at turnilyo sa pagpapatirik ng daigdig. Napilitan si Neo na palitan ang makina upang makipagkompromiso, pero hindi pumayag ang mga bisagra at turnilyong yaring-third-class. "Kami ang magpapalit ng makina, kami ang magpapatakbo nito, nagkalat kami sa lahat ng sulok at walang makapipigil sa amin," kolektibong sumpa ng mga bisagra at turnilyo.

Natagalan bago mapatakbong muli ang makina, maraming bisagra at turnilyo na kinalawang at nawalang-silbi bago naging s'wabe muli ang takbo ng makina. Inaasahang iinit ito at titirik at kakailanganing palitan muli, kung hihilingin ng pagkakataon. Ang mahalaga, malay itong hindi dapat magtiis sa bulok na makina at palitan ito kung kinakailangan—at ang unang makakaalam ng pangangailangang ito ay ang mga bisagra at turnilyo ng ikatlong-uri na silang unang nakadarama ng pressure ng bigat at bilis ng makina ng daigdig na dating nag-etsa-pwera sa kanila, na ngayo'y pinamumunuan na nila—sa kanilang kolektibong pantasyang inaasam at dapat asamin kung nais palitan ng bago ang bulok na makinang nagpapatakbo sa daigdig.

Sa ilang saglit, mapagtatatanto nilang hindi na mapakikinabangan ng lahat lalo ng munting mga bahagi nito ang bulok na makina at kakailanganin na itong palitan nang tuluyan—palitan ng makinang ang mga bisagra at turnilyo ang yayari, nang walang kontrol ng may-aring kapritso lang ng kahayukan sa yaman ang iniisip, hindi kailanman ang ingit at ngitngit ng mga nahihirapang turnilyo at bisagrang ikinalat sa tagpi-tagping makinang kailangan nang pagpapahingahin at wasakin, at palitan ng bagong-yari.

HERLYN ALEGRE

Mandudula, screenwriter at kuwentistang kasalukuyang nakabase sa Tokyo, Japan. Tinatapos niya ang kaniyang PhD sa International Studies sa Waseda University. Isa sa mga isyung inaaral niya ay ang kalagayan ng mga migranteng Pilipino sa Japan. Ang kaniyang unang dulang *Imbisibol* ay tungkol sa mga Pilipinong nagtatrabaho sa Japan ng walang legal na visa. Ito ay ipinalabas sa Cultural Center of the Philippines bilang bahagi ng Virgin Labfest IX. Dalawang taon matapos ang unang pagtatanghal ay ginawa itong pelikula na ipinalabas sa iba't ibang film festival sa loob at labas ng bansa kabilang na ang Tokyo International Film Festival.

PINTUANG PAPEL

ISANG ANINO, 'YUN siya para sa'kin. Isang imaheng hinuhulma ng naglalabang liwanag sa paligid at dilim ng kaniyang sarili—walang mukha, walang pangalan, walang kahit na anong magpapakilala sa kaniya. Tanging ang madilim na hugis lamang na nabubuo sa pintuang papel ang nagpapaalala sa'kin na nandiyan pala siya sa aking tabi.

Isang hanay ng pintuang papel lamang ang naghihiwalay sa aming mga kuwarto, sa aming mga mundo. Sa tuwing uuwi ako sa gabi, pagod sa buong araw sa pabrika na pinahaba pa ng ilang oras ng hindi bayad na overtime, pagtulog na lang ang kaya kong gawin. Pagpatay ko ng ilaw at paghiga, dito ko makikita ang kaniyang aninong palakad-lakad, pabalik-balik sa kaniyang silid. Malapit siya, pero hindi ko alam kung ano mismo ang pinagkakaabalahan niya. May hugis akong nakikita, pero walang detalye ng kung anong hitsura niya. Ang tanging bagay na alam ko sa kaniya ay ang ritmo ng kaniyang mga singhot at hikbi na nasaulo ko na mula n'ung dumating siya sa bahay na ito ilang linggo na.

Luma na ang aming bahay, tradisyunal—may tatlong kuwarto na pinaghihiwalay ng mga pintuang papel o shoji, may sahig na tatami at mga haliging gawa sa matibay na kahoy na pinagdaanan na ng panahon. Walang pinagkaiba sa matandang Hapong may-ari nito. Ayaw niya talagang tumanggap ng uupang hindi kalahi pero masuwerte ako at nairekomenda ako ng isa pang kaibigang Hapon. Hindi kalakihan ang kuwarto pero sapat para sa kakaunting gamit na naipundar ko matapos ang ilang taon ng pagtatrabaho sa bansang ito. May konting espasyo pa ako para mailatag ang futon at maiunat ang mga paa ko matapos ang mahabang araw ng trabaho. Higit sa lahat, mura ang upa, kailangan ko lang tulungan paminsan-minsan si Okura-san kung mayroon siyang kailangan na kadalasan ay hindi naman kabigatan—mamili ng pagkain, magwalis ng mga nalalagas na dahon sa bakuran, at tanggalin ang mga yelo sa bubong kung taglamig.

Pamangkin ni Okura-san ang aninong nasa likod ng pintuang papel. Walang ibang binanggit si Okura-san tungkol sa kaniya nang dumating siya. Sinabi niya lang na doon daw muna titira sa kabilang kuwarto ang pamangkin niya dahil nagkaproblema raw ito sa kaniyang asawa. Kahit pangalan ng anino ay hindi niya binaggit. 'Yung "pamangkin ko" kung tukuyin siya ni Okura-san. Sa ilang linggong magkasama kami sa iisang bubong ay hindi ko siya nakita kahit minsan. Siguro dahil maaga akong umaalis papasok sa trabaho at gabi na rin kung umuuwi. Ang tanging pagkakataong maalala kong may ibang tao pala sa bahay bukod sa amin ni Okura-san ay tuwing makikita ko ang anino niya.

May isang gabing mas malakas sa normal ang mga hikbi niya, mas mabilis, mas hinahabol ang hininga. Noong gabing 'yun parang gusto kong hawiin ang pintuang papel. Hindi matatas ang Nihonggo ko pero siguro sapat para maitanong kung ayos lang siya. Pero naging musika na 'ata sa tenga ko ang gabi-gabing pag-iyak niya na nakatulugan ko na ito. Sa halip na malasakit ang mangingibaw, pagod ang nagwagi. Sa halip na pag-aalaga sa iba, pag-aalala sa paggising ng maaga ang nauna.

Nang sumunod na araw, pumasok ako sa pabrika na parang normal na araw, walang alaala ng mga hikbi sa gabing nakalipas. Gan'un din sa pag-uwi ko, pagod at ubos ang lakas sa maghapong trabaho, naglatag ng futon, pinatay ang ilaw at nahiga. Pero hindi isang maliit na anino ang nakita ko—mahaba, mataas, walang sayad sa lupa. Isang hugis na nakalutang sa hangin, nakabigti sa kisame ng maliit n'yang mundo.

Isang pintuang papel lang ang pagitan namin, kasing nipis ng isang bumubulong na boses, kasing gaan ng dumadaang hangin pero hindi ko nagawang iurong man lang para magkaron ng kahit konting siwang. Isang anino, 'yun siya para sa'kin at mananatili na lang na gan'un. Kung nabuksan ko kaya ang pintuang papel, baka nagkar'on sana siya ng mukha at baka sakaling nakita ko kung ang anino ay marunong din palang ngumiti.

KUBLIHAN

HINDI NAPANSIN NI Kotaro na mabilis pala ang takbo niya. Hindi niya ramdam ang lamig ng hangin ng paparating na taglagas. Puno ng tuldok ng pawis ang noo at leeg niya na pinunasan niya gamit ang dulo ng kaniyang unimporme. Tumingin siya sa likuran at pinakinggan ang paligid. Walang ibang tao bukod sa isang nanay na may angkas na anak sa kaniyang bisikleta. Walang ibang tunog bukod sa pagtama ng gulong sa riles ng kadaraan lang na tren. Sa isip-isip niya, sa wakas, nailigaw niya sina Hiro at Jason. Tumingin si Kotaro sa likuran sa huling pagkakataon bago lumiko sa isang maliit na eskinita, hinahanap ang tamang daan pabalik sa estasyon ng tren.

Kung paulit-ulit na ganito ang mangyayari, hindi na niya alam kung gugustuhin niya pang pumasok sa eskwelahan kinabukasan. Ilang buwan na rin siyang ayaw tigilan nina Hiro at Jason sa kauutos ng kung ano-anong bagay. Noong una, hinihingan lang siya ng *sen en* ng mga ito—pambili raw ng meryendang sausage at *karaage* sa kombini. Nang lumaon, *sanzen en* na ang hinihingi, tatlong beses na mas malaki kaysa sa dati hanggang sa lahat na ng pera niya ay kinukuha nila. Nang hindi makuntento, inutusan nila siyang kunin ang pitaka ng isang kaklase nila. Kung minsan naman, inuutusan siyang magpuslit ng maliliit na tsokolate mula sa kombini. Noong isang beses, muntik pa siyang mahuli ng nagbabantay nang magpuslit siya ng dalawang lata ng beer mula sa kombini, bawal kasi bumili ng alkohol ang mga menor de edad. Kahit hindi nakaunimporme si Kotaro ay hindi niya maitatagong disesais anyos pa lang siya. Hapon na hapon man ang pangalan, Pinoy na Pinoy naman ang hitsura—maliit, payat, kayumanggi. Hindi rin maipagkakailang Pinoy na Pinoy ang bilugan n'yang mga mata. Isang dahilan na rin kung bakit hindi niya matagpuan kung saan ilalagay ang sarili. Kaninong grupo ba siya sasama? Anong lenggwahe ba ang gagamitin? Marahil isang dahilan na rin kung bakit madalas siyang nakukursunada ng iba. Sa dami ng kaklase nila, siya talaga ang napagdiskitahan nina Hiro at Jason. Nang minsang tumanggi na siyang sumunod sa utos ng dalawa ay nakatikim siya ng dugo mula sa pumutok n'yang labi. Ngayong araw, inutusan nila siyang magnakaw ng isang bisikleta.

Noong una ay parang maayos naman makitungo si Jason sa kaniya. Hindi *hafu* si Jason kundi purong Pinoy kaya pakiramdam ni Kotaro ay magkakasundo sila. Tuwing magkakasabay sila sa tren papauwi o kaya ay magkakasalubong sa malapit na parke, nagkakakuwentuhan naman sila. Mapag-uusapan ang mga kinalakihan nilang palabas sa telebisyon sa Pilipinas. Minsan ay ikinukumpara pa nila ang kanilang mga Pinay na ina na pakiramdam nila ay mas abala sa pagdidisiplina sa kanila kaysa sa pag-unawa sa mga pinagdadaanan nila bilang bata. Napansin lang ni Kotaro na nagbago si Jason nang dumalas na ang pagsama niya kay Hiro. Sayang, akala pa naman ni Kotaro ay magkakaro'n na siya ng kaibigan sa bago n'yang hayskul.

Naputol ang daloy ng pag-iisip ni Kotaro nang may marinig siyang mabibilis na yabag na papalapit sa kaniya. Bago pa siya makalingon ay may naramdaman siyang tumulak sa kaniya ng malakas mula sa likuran. Nasubsob siya sa lupa at tumama ang baba niya sa magaspang na kalsada. May sumuntok sa kaniya sa tiyan. May sumipa sa kaniyang tagiliran. Mula sa pagkakahiga, nakita niya ang makulimlim na langit sa likod ng mga gusot na mukha nina Hiro at Jason. Nagpangbuno sila, nagtulakan, nagpagulong-gulong sa kalsada. Nang masipa niya nang malakas si Jason sa tiyan ay halos tumilapon ito. Nagpumiglas siyang kumawala sa mahigpit na hawak ni Hiro at kumaripas ng takbo. Habang papalayo ay narinig niya ang sigaw ni Hiro na unti-unting nalulunod sa ingay ng kabog ng kaniyang dibdib. Sa bawat hakbang niya ay bumibigat ang kaniyang paa, bumabagsak ang katawang nakatanggap na ng ilang suntok at sipa. Nalalasahan niya ang mapaklang dugo sa kaniyang bibig. Kumikirot din ang kanang bahagi ng noo niya. Nararamdaman n'yang papalapit nang papalapit ang mga yabag. Habang bumabagal ang kaniyang takbo ay bumibilis ang dagundong ng kaniyang puso.

Tumigil siya at tumingin sa paligid—naghanap ng maaaring likuan, pagtaguan, o takasan. Sa harap niya ay nakalatag ang mahaba at maluwag na daan, may iilang taong naglalakad nang mabilis patungo sa kung saan, may mga residensiyal na gusaling mahigpit na nakakandado ang mga pinto at isang kombini sa may kanto. Pero sa paningin ni Kotaro, ang lahat ng ito ay para lamang isang malawak at patag na parang—walang matatakbuhan, walang masisilungan.

ISANG MENSAHE NG PAMAMAALAM SA BLANGKONG PAPEL

"ANO NANG PLANO mo?" tanong ni Myrna habang tinitingnan ang mga papel na dala ng kaibigang nagmamadaling bumisita sa bahay niya.

"Siyempre, gagawan ng paraan. Hindi ako uuwi," sagot ni Debbie sabay buntong hininga. "Ga-graduate na ng elementary si Masami, ayokong iuwi pa siya sa Pinas. Simpleng Tagalog nga 'di siya marunong, paano siya mag-aaral dun."

"Magbibigay ba naman ng sustento si Satoshi pampaaral ni Masami?"

Napailing lang si Debbie, napaisip ng ilang sandali pero pansin sa mukha niya na hindi niya nahanap ang sagot. "Ewan ko, siguro, hindi pa namin napag-uusapan." Inabot ni Debbie ang papel mula kay Myrna.

Nang umagang 'yon, bago umalis si Satoshi papasok ng opisina, magpapaalam sana si Debbie na pupunta sa pinagtatrabahuhan ni Myrna, nangangailangan daw sila ng ekstrang part-timer na waitress sa isang ramen shop sa may Ueno—limang oras ang trabaho bawat araw, p'wedeng mag overtime, at hindi naman masama ang pasahod.

Maayos naman at malumanay ang pagpapaalam ni Debbie. Noong gabi pa lang ay inisip na niya kung paano sasabihin kay Satoshi sa paraan na makukumbinsi niya ito. Pero hindi pa tapos magpaliwanag si Debbie ay tumanggi na agad si Satoshi. Hindi na ito nagbitaw ng maraming salita ng pagtanggi o nagbigay ng mahabang paliwanag kung bakit. Ilang beses na rin naman nila itong napagtalunan kaya alam ni Satoshi na alam na ni Debbie ang dahilan niya. Para kay Satoshi, sapat naman ang kinikita niya sa trabaho para sustentuhan ang mga pangangailangan nilang pamilya. Mas mabuti kung mananatili sa bahay si Debbie para matutukan ang pag-aaral ni Masami lalo na at kailangan na n'yang maghanda sa mga entrance exam para sa junior high. Para kay Debbie naman, tamang panahon na ito para bumalik siya sa trabaho—trabahong pang-umaga, kaya walang dapat ipag-alala si Satoshi—dahil malaki na si Masami at hindi na alagain pa. Kailangan niya rin kasi magpadala ng regular sa Pilipinas bilang tulong sa naiwang pamilya lalo na at nawalan ng trabaho ang kuya niya at may mga gamot pang-maintenance na kailangan ang tatay niya. Totoo namang sapat ang kita ni Satoshi para sa kanila pero ayaw naman ni Debbie na hingin pa sa kaniya pati ang mga ipinadadala niya sa ibang kapamilya.

Kalmado lang si Satoshi noong unang buksan ni Debbie ang usapan, halos hindi nga pinansin ni Satoshi ang mga sinabi niya. Parang narinig sa isang tenga at lumabas sa kabila ang mga salita. Lubhang ikinainis naman ito ni Debbie na nagtulak sa kaniya na lalong kulitin si Satoshi na payagan siyang magtrabaho. Nagkataasan ng boses at nagkadabugan ng gamit ang dalawa. Buti na lang at walang batuhan ng platong naganap. Sa halip na patulan pa ni Satoshi si Debbie at pahabain ang usapan kagaya ng karaniwang nangyayari, pumasok ito sa kuwarto at nanatili roon ng ilang minuto. Hinayaan siya ni Debbie, binigyan niya ito ng espasyo at panahon para makapagpalamig ng ulo.

Matapos ang ilang sandali ay lumabas ng kuwarto si Satoshi dala ang kaniyang bag pamasok ng opisina at isang bungkos ng papel. Marahan niyang inilapag ang mga papel sa maliit na lamesa, tiningnan si Debbie sa mata na parang naghahanap ng sagot sa maraming tanong pero nang hindi niya makita ang hinahanap ay tahimik siyang dumiretso sa pinto. Nagsuot ito ng sapatos sa *genkan*, ipinatong ang makapal na jacket sa ibabaw ng kaniyang itim na amerikana at nagsabing sa opisina na lang siya maghahapunan kagaya ng madalas n'yang ginagawa kapag may overtime. Dire-diretso siyang lumabas at mabilis na naglaho sa likod ng nakasarang pinto.

"Hinayaan mo siyang umalis nang hindi man lang tinatanong?" Naglapag si

Myrna ng dalawang tasa ng tsaa sa lamesa.

"Hindi, nagulat ako eh." Sagot ni Debbie.

"Kausapin mo na siya mamaya."

"Ayoko muna. Gusto ko muna mag-isip."

"Ayaw mo siya kausapin kaya ako binulabog mo," pabirong sabi ni Myrna. "Mamaya hanapin ka ng asawa mong sakang, lagot ako."

"Bakit asawa mo hindi sakang?" Nagtawanan nang malakas ang dalawa. Napansin ni Myrna na naluluha na ang mga mata ni Debbie sa kakatawa.

"Gan'un talaga, mare. May expiration date ang pag-ibig dito sa Japan." Patawang sabi ni Myrna. "Welcome to the club."

"'Pag ayaw na nila, ayan, hindi nila pipirmahan ang renewal ng spouse visa natin, pa'no na ngayon, e 'di nganga tayo." Mahinang paliwanag ni Debbie na para bang ang sarili ang kinakausap sa halip na si Myrna.

Sa labing-apat na taon na nagsama sila ni Satoshi, hindi naman maitatanggi ni Debbie na naging mabuti sa kaniya at kay Masami ang asawa. Maraming mabubuting mga Hapon, alam ni Debbie na masuwerte siya dahil isa si Satoshi sa kanila. Marami rin namang hindi. Kagaya rin naman ng mga Pilipino, may mabubuting asawa na aalagaan ka hanggang hukay mayroon din namang mga tipo na siyang maglalapit sa'yo sa hukay.

"Ano interesado ka pa rin ba d'un sa trabaho?" tanong ni Myrna para pagaanin ang usapan.

"Oo, papatulan ko na 'yun. Kailangan ko pang magpadala sa Pinas panggamot nina Tatay."

Inakbayan ni Myrna si Debbie. "Lilipas din 'yan, amuhin mo na lang mamaya baka magbago ang isip."

Muling tinitigan ni Debbie ang mga papel na dala niya. Lahat ng blangko na kailangang lagyan ng detalye ay nasagutan na niya. Ang tanging espasyo na kailangang punan ay ang pirma ni Satoshi. Pero sa bahaging iyon ng papel, isang maputi at malinis na bakanteng espasyo lamang ang natira—isang blangkong espasyong mas malinaw pa ang mensahe kaysa sa maraming salita, letra o kahit na anong marka.

JACK A. ALVAREZ

Tinagurian siyang Diyosa ng Dagli. Siya ay nagkamit ng National Book Award–Best Book of Non-Fiction Prose in Filipino para sa kaniyang unang librong *Ang Autobiografia ng Ibang Lady Gaga* (Visprint, 2015). Maihahanay sa autobiographical at confessional writing ang estilo ng kanyang panulat. Nalathala ang ilan sa kaniyang mga dagli sa *Liwayway*. Isa siyang OFW na nakabase sa Saudi Arabia simula pa noong 2008. Siya ang kasalukuyang Coordinator ng Kataga–Online, isang sangay ng grupong Kataga: Samahan ng mga Manunulat sa Pilipinas at Honorary Member ng NAGMAC (Nagkahiusang Magsusulat sa Cagayan de Oro). Naging fellow sa creative writing workshops ng Unibersidad ng Santo Tomas (UST), 2008; Palihang Rogelio Sicat, 2012; UP, 2015; at Ateneo de Manila University at Iligan, 2016. Ilan sa kanyang mga akda ay isinalin sa English, Chinese, at Bahasa para sa Afterwork Readings ng Para Site–Hong Kong. Kabilang sa kaniyang proyekto ang mga antolohiyang *Biyaheng Rainbow at iba pang Kuwentong Pangkabataang LGBT*, at *Lakbay-Sanaysay* kasama bilang editor si Dr. Eugene Y. Evasco.

BALIKBAYAN BOX

PAUWI NA SANA siya sa susunod na linggo. Nauna na n'yang naipadala ang kaniyang ibang bagahe sa LBC. Pina-air freight niya at dumating ang kaniyang package sa loob ng isang linggo. Ngunit hindi siya.

Nakilala ko si Aldeni noong nasa Pinas pa lang ako. Sa isang recruitment agency sa Ermita ako nagtatrabaho. Isa siya sa mga aplikanteng kahit palubog na ang araw ay matiyagang nakapila pa rin upang magpa-interview sa Arabong employer papuntang abroad. Nag-apply siya bilang administrative assistant o secretary. Nang matanggap siya, halos isang buwan din siyang naghintay para sa pagpoproseso ng mga papeles sa POEA at OWWA, pagpapa-medical at visa stamping sa Saudi Embassy. Pagkatapos makumpleto lahat ng dokumento, ang pinakaasam-asam ng mga nais mag-abroad ay ang kanilang confirmed ticket booking.

Pagkalipas ng ilang taon, ako naman ang nangarap na mangibang-bayan. Muli kong na-meet si Aldeni sa Jubail, Saudi Arabia noong Mayo 2008.

Hindi kami ganoon ka-close. Minsan lang kaming nagkakasama at nagkakakuwentuhan lalo na't nagkakaabot sa isang salon. Tubong Cagayan de Oro ako at siya naman ay taga-Davao kaya mas masarap kausap kapag alam mong pareho kayong Bisaya.

"Bayot, kumusta naman ang atong kaanyag?" Bati ko nang makita siyang papasok sa shop.

"Mao ra gihapon, day. Nia, nag-antos sa Saudi Arabia."

Kaswal na pagkukumustahan namin sa Binisaya. At ang pagbigkas sa bawat salitang nakasanayan ng dila ay tila parang pagka-miss na rin sa Pinas, sa mga kaibigan, at lalo na sa pamilya.

Unang naikuwento niya sa akin ang pagkamatay ng kaniyang ina sanhi ng tuberkulosis. Hindi siya nakauwi dahil hindi pa tapos ang kaniyang kontrata. Kung mag-e-emergency leave o kaya bereavement leave, may ilang employer na hindi sasagutin ang round trip ticket. At kung makakauwi man daw siya, mas pipiliin niyang ipadala na lang ang perang pamasahe.

"Wala man 'Tay mahimo. Diyos na lang ang bahala. Hinaut, masabtan lang man ni Mama."

"Mao lagi. Mas kinahanglan man gyud nato ang kwarta."

"Day, suba ta oy. Mag-MMK na pud ta ani," yaya n'yang magyosi kami sa labas nang mapansing sumeryoso ang aming usapan.

"Hunong na anang pagsigarilyo ba," saway ng kaibigan naming may-ari ng salon.

"Na, ambot lang..." Diin niya at sinundan iyon ng kunwaring pagtataray.

Natawa na lang kami sa pagtataas niya ng kilay habang hawak ang stick ng sigarilyo at nakapameywang.

Nasa labas na kami ng shop nang muli n'yang itinuloy ang kuwento tungkol sa kaniyang ina.

Lumipas ang ilang buwan, nabalitaan naming inatake siya ng asthma. Magisa siya sa kaniyang kuwarto. Huli na nang may sumaklolo sa kaniya. 'Di na naagapan. Hindi na siya umabot sa ospital.

Aprubado na ng aking boss ang bakasyon ko sa Pinas. Nakatakdang uuwi ako sa Mayo, sa susunod na linggo na.

Inabot ko ang nakatuping karton na binili ko sa LBC. Inilapag ko nang maayos sa sahig. Kinuha ko ang packaging tape at sinimulang pinagdikit ang bawat kanto nito. At para masiguro kong matibay ang pundasyon, dinodoble ko ang bawat latag ng tape. Para sa akin, animo'y sagradong ritwal ang pagbuo ng isang kahon.

Inisa-isa kong isinilid ang pinamili ko kanina. Kasama roon ang cellphone ni Mama, ang sapatos ng aking kapatid, pasalubong para sa mga pamangkin at ilang grocery items.

Hanggang ngayon, tila kabaong na hihimlayan ng sinumang nais magbalik sa pinagmulan ang isang ordinaryong kahon sa aking harapan. Pero hindi lahat ng kinakahon ay patay, pati pangarap... parang balikbayan box.

BALIKBAYAN BOX—I

WAME IS TYPING...

me pinaplano pala kong isulat na tula, title pa lang meron ako e

balikbayan box

Wow.

Pang ofw ba?

oo

Gow

sakto nga sayo

Pasilip ha

sige

tatanong ko sana kung ano 'yung mga gamit na pinapadala mo dito para sa pamilya mo

Damit

Gamit sa kusina

Peborit ng mama ko

Bilin Ng mga pamangkin

Kahit nga mga pasuyo ng mga kapitbahay

Pinapadala ko

waw

yan 'yung itutula ko

Gow

balikbayan box sa point of view ng kapitbahay

Totoo talaga 'pag nasa malayo ka, iba ang maging pakiramdam ng pagpadala ng balikbayan box

ano pakiramdam?

Naumpisahan mo na ba?

susulat ko pa lang

mamaya o bukas

Yung tipong, pantawid

Pantawid kahirapan

At sa box na 'yun, naitawid mo rin ang mga nais mo para sa pamilya

nice

paano nakukuha ng pamilya mo 'yung balikbayan box

LBC ako eh

Delivery 'yun ng LBC

so idedeliber na lang 'yun sa bahay nyo

Yez

kala ko sinusundo pa sa pier

wahehe

Ahahhaa

Wame is typing...

Kung tao rin siguro ang box na ito, alam kong nakangiti siya. Hindi ko ito nabanggit kay Wame Balow.

Samu't sari ang pagkakainteres ng iilan sa pakikipagsapalaran ng mga OFWs. Patok sa viewers ang pagsisiwalat ng mga pang-aabuso. Top rated ang mga usaping kawalan ng tulong mula sa gobyerno ang ibabalita sa TV at mabenta na maging headline sa pahayagan. Mga pang-Delia Maga na kaso o kaya ay pang-Flor Contemplacion Story ang patuloy na iro-romanticize ng media. Sa kasalukuyan, tampok ang Tent City sa Philippine Consolute sa Jeddah, Saudi Arabia. Libo-libong Pinoy ang nakatira sa mga barong-barong matapos tumakas sa kani-kanilang mga sponsors. Silang mga walang legal na dokumento at ngayo'y namamalimos ng tulong sa ating pamahalaan.

Milyon-milyong bagahe naman ang nagkapatong-patong sa bodega ng freights at siksikan sa mga cargo mula sa iba't ibang lupalop ng daigdig. Ang kahon na maghahatid ng hindi lang sa nakaugaliang 'pasalubong sa iyong pag-uwi'. Kundi pinatutunayan ang pagtawid ng milya-milya ng isang pangarap ng OFW sa kaniyang iniwang pamilya. At pareho kaming nakikipagsapalaran.

Klinik ko ang *What's on your mind* sa status box ng Facebook.

Dalawang kuwento para sa Balikbayan Box. Pinaluha ako sa unang piyesa. Maraming salamat sa inspirasyon...

At ito ang ikalawang kuwento.

Nilingon ko ang kahon sa isang tabi. "Mauuna kang darating sa akin sa Pinas," wika ko sa kaharap na box.

At tulad ko rin siya. Punung-puno ng maraming kuwento.

Ang usapan sa itaas ay sinipi mula sa orihinal na chat messages namin ni Wame Balow sa Facebook noong April 24, 2013 dakong alas otso ng gabi. Si Wame Balow ay kasamahan ko sa grupong Kataga. Nagkakilala't naging magkaibigan sa Palihang Rogelio Sicat noong Mayo 2012 sa Marinduque.

RELIEF BOX

HINDI KO NA rin magawang matulog nang ibalita ni Mama sa akin na nakaantabay sila sa balita tungkol sa paparating na bagyo.

"Gakahadlok ko," wika ni Mama na natatakot daw siya. Hatinggabi na sa Pinas.

Huling nabanggit ni Mama ang takot nang mga panahong hindi na nagpakita si Tatay. Ngunit alam kong hindi katumbas iyon ng takot niya noon. Iyong takot na tuluyan na kaming iwan dahil bumalik na sa legal na pamilya si Tatay. Tatlo kaming anak na maaabandona. Mawawalan ng ama. Iyon ang pinakakinatatakutan ni Mama.

"Unsa man diay ang gibalita na signal diha?" tanong ko na naniniguro sa tamang news broadcast na category 5 si Yolanda sa Kabisayaan. Pero kinakabahan pa rin sila lalo na't dumaan noon si Sendong, isa sa pinakamalakas na bagyo na di aasahang sasalantahin ang Mindanao, kabilang na ang Cagayan de Oro.

"Basta naka-alerto tanan diri." May bakas pa rin ng pag-aalala ang boses niya.

Pagkatapos kong tumawag kay Mama, naupo ako sa gitna ng mga nagkapatong-patong na karton. Para silang mga kabaong na kulay brown. Kalilipat ko lang noong isang linggo sa bagong apartment. Ilang kalye lang din ang layo. Mula sa King Khaled st. cross 21st, nakahanap ako ng mas maluwag na apartment sa 10th St., Aqrabiya. Na halos 'di magkakalayo ang rental nito sa 16 thousand riyals per year. May living room na akmang-akma para sa 3-seater sofa, sa harapan ang 42-inch TV at nakapalibot ang 5.1 channel speaker. Komportableng-komportable naman ang 45 sqm. bedroom nito, sa dulo ang maliit na kusina at fully tiled bathroom. Sa bandang kaliwa, may espasyo pa ako para sa laundry o gawing utility area.

Nakakahon pa 'yung iba kong gamit. Binuksan ko ang TV. Binuksan ang laptop. Mas malala pa sa caffeine ng sampung tasa ng black coffee ko sa araw-araw si Yolanda sa gabing iyon. Nakakabulahaw ang mga balita.

'Yung isang box, naroon ang mga gamit ni Salman. Inilabas ko isa-isa. Para silang mga bangkay, na inanod ng baha at inilatag sa tabi ng kalsada. Kinilala ko isa-isa ang mga damit na iyon. Iyong polo shirt na kulay blue, na regalo ko sa kaniya nang 2nd year anniversary namin. Ang tatlong Giordano long sleeves na paboritong isuot niya sa unang araw ng Linggo. Ang limang polo na binili ko sa Bench nang magkabasyon ako noong Mayo. Gusto ko silang yakapin isa-isa. Nais kong mamalimos ng himala na magkakatawang tao ang mga walang buhay na tela.

Inabot ko uli ang karton. Kumuha ng duct tape. Isinilid ang mga damit. Isa-isa. At hindi tulad ng pagbaha, ng pagkulog at ng pagkidlat ni Yolanda na isa sa pinakamalakas na bagyo sa 235kph ang tahimik kong pagkahon sa mga alaala. Siguro, sintahimik iyon ng pagluha ng mga mahal sa buhay ng higit-kumulang apat na libong nasawi. At milyong-milyong Pilipinong inanod, ibinaon sa putik at sa kawalan.

Naglista rin ako ng mga maaaring idagdag sa box tulad ng instant noodles, kape, asukal at canned goods. At ipapa-pick-up ko sa LBC bukas.

Nagri-ring ang aking telepono. Nasa labas ang taga-LBC. Hindi niya alam ang bago kong apartment. Kaya nag-aatubili siyang katukin ang Room 5 o kaya pindutin ang doorbell kahit may abiso na ako sa kaniya tungkol sa bago kong nilipatan na bahay sa Aqrabiya, Al-Khobar.

"Iba ang address nito," nagtatakang tanong ng taga-LBC habang isinusulat niya sa receipt ang recipient name. "Akala ko po kasi taga-CDO kayo." Dahil alam n'yang halos lahat ng mga bagahe kong ipinapadala ay naka-address sa Mama ko sa Cagayan de Oro.

"Kumusta ang pamilya mo sa Pinas?"

"Sa awa ng Diyos, ayos naman po," habang ipinatong niya sa timbangan ang bagahe. "Kayo po, kumusta mga kamag-anak mo?"

"Okay naman. Lakas lang ng ulan d'un sa amin. Malapit kami sa Lumbia airport. Nasa mataas na lugar kaya ligtas sa baha. At kahit noong Sendong, hindi kami masyado naapektuhan."

Muling nag-ring ang aking telepono. Si Salman. Hindi ko sinagot ang tawag sa halip inabot ko ang pambayad para sa lampas 30 kilong bagahe.

"Grabe ang bagyong Yolanda. Nakakaawa 'yung mga biktima." Inabot niya sa akin ang resibo. Dinoble ang nakakapit na packing tape sa karton. Rumaragasang parang baha ang bawat ikot ng duct tape sa bawat kanto ng kahon. Pagkatapos gupitin ang huling ikot ng tape, maingat na ipinatong niya ang box sa trolley. At nagwika na kahit hindi man tayo makakaligtas ng isang buhay ay sa pamamagitan ng pinakamaliit na paraan ay maipaabot natin ang ating pakikiramay.

Tumunog uli ang aking telepono, sinilip ko ang isang text message mula kay Salman. Inshallah, I hope Mom, your brothers, your family is fine. I saw the news about the typhoon in the Philippines...

"Aasahan n'yo po na makakarating ito sa kanila." Marahang-marahang itinulak ng delivery man palabas ng pinto ang bagahe.

At nakatunghay akong parang may nais isalba.

KEVIN ARMINGOL

Nagtapos siya ng BSE Filipino sa Philippine Normal University (PNU) bilang Literary editor ng *The Torch* at kasalukuyang estudyante ng MA Araling Pilipino sa UP Diliman. Nagkamit ng gantimpalang Gawad Emman Lacaba ng CEGP, Gawad Jose Panganiban ng UST, Unesco-Dalitext, at naging fellow sa Palihang Rogelio Sicat. Aktibong kasapi ng Alliance of Concerned Teachers.

BAKA SAKALI

"BA'T 'DI PA kayo magpakasal," biro ko kay Melissa nang banggitin n'yang nagkakamabutihan na sila ni Roldan, "Oks naman na pala kayo, e." Inirapan lang niya 'ko habang humihigop ng in-oder naming drinks.

"Naku, Mayeng," sabi ni Mel, "'Di na nga 'ko magkandaugaga d'yan sa hinuhulog-hulugan naming bahay sa San Mateo, isisingit mo pa 'yang kasal-kasal na 'yan!" Inayos niya ang shades sa ulo at saglit na nagbilang sa mga daliri. "Plus 'yung mga request pa pala na padala ng mga tiyahin at kamag-anak ko, mahihindian ko ba 'yon? Kaso 'kala 'ata ng mga 'yon, pinupulot lang ang dolyar sa mga bangketa't kalsada do'n!" dagdag niya.

Kumuha muna siya ng isang stick ng fries at kinagat bago muling nagsalita. "At isa pa," dagdag niya, "Hinihintay ko pang mag-propose sa'kin si Roldan sa isang unexpected place at unexpected time, like Korean peeps sa TV, o 'di ba, napaka-romantic nu'n. S'yempre, 'di ko alam 'yun, unexpected nga, e." Tumawa siya nang malakas na agad din n'yang pinigil at tinakpan ang bibig sabay hampas sa balikat ko.

Lubid na walang katapusang haba ang pila ng mga customer sa kinakainan naming fastfood. Pinalalabo ng dingding na salamin ang aming tingin sa labas ng kinakainan.

"Sayang naman ang lisensya mo kung 'di mo magagamit. Three weeks ka ring pinuyat nun bago mag-exam," patawa kong sabi.

Nginitian niya 'ko. Mapait na ngiti. "Well, nakakapanghinayang, pero, god, three times ang kinikita ko do'n sa Singapore as auditor kaysa sa pagti-teacher dito," pagmamayabang niya. "At take note, dito, mababa na nga, delayed pa. Tang ina, e, d'un na lang ako!" pagmamayabang niya. "Buti natatagalan mo?"

Akma ko na siyang sasagutin nang manginig ang cellphone ni Mel sa ibabaw ng table namin. Dinampot niya. Kumibot-kibot ang kaniyang labi habang nakikipagtitigan sa kaniyang hawak. "O, pa'no, una na 'ko, Mayeng," sabi ni Mel, "Nasa airport na raw si Roldan. Nice meeting you ulit, classmate. Parang kahapon lang ang lumipas na three years."

"Baka mahirapan kang sumakay," sabi ko at inginuso ang prusisyon ng mga sasakyan sa labas. "Mag-stay ka kaya muna."

"'Di na Mayeng," sabi ni Mel, "Baka ma-late pa sa flight." Kinuha niya ang maliit na salamin sa bag at nagpulbos. Nang akma na siyang tatayo, hinawakan ko ang kamay niya. Sinusuot pa rin pala niya ang iniregalo kong bracelet.

"Mel," sabi ko, "Ingat ka." Sinagot niya 'ko ng ngiti at pinisil ang pisngi ko saka tumayo. Hinatid ko siya ng tingin palabas habang hila-hila niya ang dalang luggage.

Mahigit isang oras din pala kaming magkausap ni Mel bago siya umalis muli papuntang Hongkong dito sa inuupuan namin malapit sa aircon. Pero ngayon ko lang nararamdaman ang lamig.

EROPLANO

"HALIKA. COME IN, come in." Ipininid niya ang pinto.

Muntik pa siyang matisod nang maipit ang laylayan ng kaniyang palda sa pinto nang 'di namamalayan.

"Have a sit." Umupo siya sa bakanteng upuan katapat ng kausap. Pagitan nila ang patong-patong na papeles, miniature ng watawat ng Pilipinas at kilalang bansang Arabyano at kwadro sa ibabaw ng binarnisang mesa.

"'Kaw 'yung pumunta dito last time. 'Yung kasama mo, how is she?" Kalmado lang ito sa kinauupuan habang nakapangalumbaba.

Tumungo lang siya. Walang lumalabas maski hangin sa kaniyang bibig.

Binuksan ng kaniyang kausap ang drawer sa mesa. Kinuha ang folder. Binuklat. "April, right?" tanong nito. Tumango siya.

"You know, April," sabi sa kaniya, "Kasalukuyang nang pina-process ang case n'yo sa 'ting agency." Inilapag nito ang folder sa mesa. "And in behalf of our embassy, we're willing to help OFW's like you here abroad. May iba ka pa bang concerns?" dagdag niya.

"Nalaman pong pumunta kami dito." Malagkit ang pagkakatitig niya sa sahig. "Kaya lalong naghigpit 'yung amo namin. Huli naming pagkikita nu'ng kasama ko n'ung pumunta kami dito. Tapos nu'n, wala na. Ni text o tawag, wala."

"I see, I see." Marahang tumayo ang kaniyang kausap.

"Ni hindi na rin ako pinasuweldo ng amo ko matapos nu'n," sabi pa niya. "Kaya tumakas na 'ko." Ipinakita niya sa kausap ang gasgas at galos sa magkabilang braso.

Tuluyan siyang napahagulgol.

"Okay, okay. Gan'to na lang," sabi sa kaniya. "I'll give an extra plane ticket for you this week pauwi kasabay namin habang inaayos naman ang papers ng kasama mo. Pero..." putol nito at pumunta sa kaniyang likuran. "Basta't susunod ka sa aking terms and conditions," bulong sa kaniya sabay halik sa kaliwa n'yang tenga.

Maluha-luha n'yang tiningala ang kausap. Nginitian siya nito sabay hawak sa kaniyang magkabilang braso malapit sa galos. Napaiktad siya. Lalo itong kumirot. Mas makirot pa kaysa nang tumakas siya sa kaniyang dayuhang amo.

SA PAGITAN

"'KALA KO BA this June na, ba't 1 year pa?"

Alam n'yang hindi galit ang asawa sa kabilang linya at concerned lang na nagtatanong dahil sa biglaang pagde-decide n'yang mag-stay pa sa Japan. Kung two years na kaya? sa isip-isip niya. Nagkakagulo na ang mga daga sa dibdib niya. O baka naman sa lumalamig na panahon? O sa lumalakas na ambon? Hindi niya alam.

"Wala pa raw kasing papalit sa'kin, Al." Saglit siyang tumigil sa pagsasalita habang nilalaro-laro ang kable ng telepono. Kagat-labi niya itong tinititigan habang kaliwa't kanan siyang nilalampasan ng iba't ibang laki ng payong ng mga turista't lokal na Hapones sa kani-kanilang makapal at makulay na jacket bitbit ang kanilang pang-araw-araw na gawi. Muli siyang nagsalita, "Pero pauuwiin din naman daw agad ako 'pag nakahanap na sila ng papalit sa 'kin."

Tahimik sa kabilang linya. Sinikipan lalo ni Tere ang suot n'yang jacket.

"Nagkausap na rin pala kami ng employer ko, okay na lahat ng papeles at babayaran. Wala nang poproblemahin," sabi niya.

"Sinagot ng employer mo?" tanong ni Al.

"Sinagot ng boss ko," sagot ni Tere. Lumalakas ang ambon. Tila gustong isuka ang sama ng panahon.

"Sorry talaga, Al," sabi niya, "Last naman na raw 'to. Kaysa naman daw kumuha pa sila ng bago na naman at matagal bago muling makilala. At isa pa, buntis ngayon si Mrs. Nakagawa, first time kasi n'yang magkaka-baby kaya need talaga ng assistance."

Parang isang mahabang-mahabang buntong hininga bago nakapagsalita sa kabilang linya. "Okay," sabi ni Al, "Ipaalam ko na lang sa parents mo. Kontakin mo na lang ako kung kelan ka ulit tatawag," sabi niya.

"Al," sabi ni Tere pero naibaba na sa kabilang linya. *Kono yarou!**, bulalas niya. Ibinaba niya ang telepono. Sa kinatatayuan, tinanaw niya ang tuktok ng Mt. Fuji. Halos kainin ng hamog ang puting tuktok nito na parang tumpok ng kanin sa 'di kalayuan.

Dinukot niya sa bulsa ang pakete ng sigarilyo. Sinindihan at agad ding pinatay ang sindi. Bawal na nga pala, paalala ng doktor, kahit pa ang planong pag-iinom kasama ang kaniyang boss mamaya.

---

* *Mura sa Nihongo na ang ibig sabihin ay Gago ka!, bilang pagpapakita ng galit, partikular sa kalalakihan*

PENZ BATERNA

Tubong Iloilo City at nagtatrabaho ngayon sa isang NGO na itinataguyod ang responsableng pagbabalita at pagpoprotekta sa malayang pamamahayag. Dalawa lang ang ang gusto niya sa buhay sa ngayon—ang maging kuwentista at maging ka-height si Yao Ming.

DUMATING NA

NARINIG KO ANG pagparada ng trak sa labas ng bahay kasabay ng sigaw ni Kuya, "Dumating na! Andito na."

Iyon na siguro ang hinihintay na package galing Switzerland kaya nasa bahay rin sina Lola at Tito. Pero 'di ako bababa, hindi ako hahawak sa kahit anong gamit sa package kahit meron pang para sa akin. Galit pa ako kay Papa sa 'di niya pagsagot ng mga tawag namin buhat pa noong nakaraang Linggo.

Narinig ko ang pag-alis ng trak. Narinig ko ang pagsara ng pintuan. May ilang segundong katahimikan na sinundan ng pag-iyak ni Mama. Kasabay noon, umalingawngaw sa apat na sulok ng bahay ang paghagulgol ng buong mag-anak.

BILOG

PANGALAWANG ARAW KO na sa bago kong trabaho. Mabuti't na-hire ako nang hindi hinihingian ng passport at visa. Suot ang mabigat na costume, sumayaw-sayaw ako sa isang intersection habang namimigay ng flyers ng Sushi Balls.

Sa gitna ng pagsasayaw ay may dalawang nakaunipor:meng pulis na lumalapit sa akin. Tumayo ako nang diretso. Bigla akong pinagpawisan ng malamig. Gusto kong maihi sa pantalon. Bago pa man makalapit nang tuluyan ang mga pulis ay tumakbo na ako.

Huminto ako sa harap ng isang flower shop. Nilingon ko ang mga humahabol. Hinabol nga ba nila ako?

Humugot ako ng hangin at naamoy ko ang naipong kulob na pawis sa suot ko. Napangiti ako. Napatingin sa salamin ng shop at nakipagtitigan sa aking repleksiyon. 'Di ko napigilang humagalpak sa daan. Si Sushi Man nga pala ako ngayon.

HALAW

MALALIM NA ANG gabi. Napapapikit si Mila habang nakaupo sa harap ng nirentahang kubo sa baybayin ng Sabbah. Tanaw niya ang dalampasigan, inaabangan ang bangka galing Mindanao sakay ang mga halaw na ipapasok niya sa trabaho. Pero tatlong oras na ay hindi pa rin ito dumarating. Marahil ay 'di makadiskarte ang bangkero sa pagdaong dahil sa mga nakarondang sundalo. Kaunting hintay pa ay matutulog na rin ang mga iyon.

Nawawala na sa ulirat si Mila. Mas nanaig ang antok. Ngunit bago pa man tuluyang makatulog ay nagising siya sa isang putok. Umalerto siya at sinigurado ang narinig. Tatlo pang pagputok.

Nagpakawala ng isang malalim na hininga si Mila. "Puta! Sayang ang pera." Tumayo siya habang umiiling-iling at mag-isang pumasok sa nirentahang kubo.

JUAN BAUTISTA

Nag-umpisang magsulat ng maiikling kuwento sa murang edad at ilan sa kanyang mga akda ay una niyang inilimbag sa kanyang website (www.juanbautistastories.com) noong 2014. Una ring naitampok ang kanyang mga kuwento sa *PULP Magazine* at *Philippines Graphic*. Ang kanyang mga naging impluwensya at inspirasyon sa pagsusulat ay sina Lualhati Bautista, Norman Wilwayco at Khaled Hosseini. Ang mga librong kanyang isinulat ay *Red Manila Stories* (2014), *The Royal Brothers*, *Imortal* (2016) at *Ang Bagong Krusada* (2017) Siya ay kasalukuyang nakabase sa Doha, Qatar kasama ang kanyang dalawang anak at asawa.

PALAY

MAGTATAKIPSILIM NA'Y NASA bukid pa rin si Mang Daniel. Sa araw-araw na ginawa ng Diyos, ang bukid na ang kaniyang ikalawang tahanan upang buhayin ang kaniyang butihing asawa at anim na anak. Sa edad n'yang animnapu't walo ay hindi n'ya matandaan kung kailan siya huling naunahan ng pagputok ng araw sa Hacienda Dos Santos. Inialay niya ang buong buhay sa pagsisilbi sa pinakamayamang pamilya sa kanlurang bahagi ng Luzon; kasama pa ang daan-daang magsasaka.

"Tonio, anak. Nakadaan ka ba doon sa computer shop sa bayan? Sumagot ba sa text ang ate mo?" tanong ni Mang Daniel nang makauwi sa kaniyang bunso.

"Hindi po 'Tay. Binisita ko rin 'yung Facebook n'ya wala namang bago. Araw-araw kong inaabangan na mag-post s'ya ng picture na nasa Saudi na s'ya." Sagot ng anak.

"A ganoon ba. Siya nga pala anak, umutang ka muna kay Tiya Lamda ng dalawang kilong bigas."

Balisang nagtungo si Mang Daniel sa kanilang silid at muli, taimtim na nagdasal sa harap ng Birheng Maria na nawa'y nasa mabuting kalagayan ang kaniyang anak na babae, na nagtungo sa Gitnang Silangan upang manilbihan bilang katulong sa tulong ng isang recruiter.

May limang buwan na ang nakararaan...

HELE

APAT NA TAON. Apat na taon nang walang katapusang hinagpis at pagtitiis alang-alang sa aking anak. Ako si Cecilia, isang domestic helper. Namamasukan bilang yaya para sa isang pamilyang banyaga. Sa loob ng apat na taon ay napamahal na 'ko sa kanila, at ganoon din sila sa'kin. Sa aking gabay at pag-aaruga na masasabi kong higit pa sa isang tunay na ina, namulat sa mundong ito nang maayos at may takot sa Diyos; ang aking mga alagang sina Ahmed at Qais.

"Cecilia" ang unang salita na namutawi sa kanilang mga bibig at hindi ang pangalan ng kanilang mga magulang. Ako ang nakasaksi sa kanilang unang paghalakhak, unang pag-ikot sa higaan, unang pag-gapang at unang pag-hakbang. Sina Ahmed at Qais naman ang aking kasama sa aking unang kaarawan, unang Pasko at Bagong Taon nang malayo sa aking mga minamahal.

Gaano nga ba kahirap ang maging isang ina? "Sakripisyo" ang kalakip ng pagiging isang ina, sa iba't ibang paraan na nakabase sa ating mga katayuan sa buhay. Nagdesisyon akong iwanan ang aking anak alang-alang din sa kaniya. At nandito ako ngayon sa Gitnang Silangan dahil kailangan ako ng pinagsisilbihan kong pamilya. Sina Ahmed at Qais, habang tinititigan ko sila, naaalala ko lagi ang anak kong si Michael. Umaasang gaya ng kambal kong alaga, siya din nawa'y nakainom na ng gatas niya.

Apat na taon. Apat na taon nang walang katapusang hinagpis at pagtitiis alang-alang sa aking anak. At habang nadidinig ko ang pagpalahaw nang iyak ni Ahmed at Qais mula aking likuran matapos kong magpaalam, ay ang tanong sa aking sarili, "makikilala ba 'ko ni Michael? Isang anak, na sa loob ng mahabang panahon, ay hindi naipag-hele ng kaniyang sariling ina..."

CHATBOX

MAG-A-ALAS-NUWEBE NA NG gabi nang dumating sa kanilang flat ang pagod na pagod na si Jeff. "Oy, tol. Anong pinapanuod mo? Tuwang-tuwa ka d'yan a," tanong n'ya kay Francis na humahalakhak sa tapat ng TV habang nakaupo sa sofa.

Hindi siya nakadinig ng tugon mula sa kasamahang OFW subalit hindi niya iyon binigyan ng pansin. Marahil ay hindi lamang siya nadinig nito. Kasalukuyan siyang nagbubukas ng de lata nang mapansin ang nakabukas na laptop sa lamesa, gusto niyang pigilan ang sarili subalit nangibabaw ang kaniyang kapangahasan basahin ang nakalantad na chatbox.

"Francis. Nawa'y mapatawad mo 'ko. Mag-aanim na buwan na 'kong buntis. Patawad Francis."

Gitlang natigilan si Jeff dahil alam niyang magdadalawang taon na sa abroad ang kaibigan at hindi pa ito umuuwi ng Pilipinas magmula nang makilala niya ito. At nilingon niya ang kaibigan upang kumustahin matapos mapagtantong pinagtaksilan ito ng asawa.

"Francis. Tol..."

At gan'un na lamang ang pagkagulat ni Jeff nang makita ang kaibigang patuloy sa paghalakhak, habang nakatitig sa nakapatay na TV.

EMMANUEL JAYSON V. BOLATA

Kasalukuyang mag-aaral ng BA History (Panitikan ng Pilipinas bilang cognate) sa UP Diliman. Naglilingkod rin siya bilang Tagapangulo ng Alyansa ng mga Pangkasaysayang Organisasyong Pangmag-aaral ng Pilipinas at kasapi ng UP Lipunang Pangkasaysayan. Inspirasyon sa mga dagli niya ang malalapit (sa dugo) ngunit malalayo (sa lugar) na mga kamag-anak—ang mga lumilisan, ngunit baon-baon pa rin sa puso ang pananatili.

YAKAP AT ASO

BINABAGTAS NIYA ANG maputik na daan. Bakas pa rin ang pagtangis ng kalangitan sa naipong tubig sa mga daliri ng carabao grass at mga bunganga sa lupang may sea pebbles. Naghilamos ng putik ang bagong-bago n'yang Nike.

Biglaan ang pagbaba ni Leroy. Tutal nasa Taiwan ang kanilang barko, na aabutin pa ng ilang buwan upang magbaba ng kargamento. Tsansa na rin. Halos limang taon na rin siyang paikot-ikot sa mundo, load-unload cargo. Sawa na siya sa laot.

Unang bumati sa kaniya ang isang nagsisimulang-galisin at laylay-ang-mga-susong aso. Ito si Pampo, bata pa no'ng huli niyang uwi. Isinalba ni Nanay na mahilig mag-alaga ng aso. Gagawin sanang azucenang pulutan. Nagwagwag ng buntot, kumahol, kumamot, at lumayo ang aso na waring hinahatid siya pabalik sa kanilang bahay.

"Si Tito Leroy nand'yan na!"

Yakap kaagad ng kaniyang kolehiyalang kapatid ang sumalubong. Basa ang mata. Nagmano ang pamangking si Ben-ben. Sinalo ang maletang may lamang tsokolate, laptop, at jersey shirts. Lumabas naman si Tatay, tikom ang labi, nagpipigil ng emosyon. Niyapos niya ito. Tumugon naman ang matandang saksi ang maskulado, sunog, at ugating mga bisig sa hirap ng pagkokopra at pag-uuling. Nasa loob si Nanay. Di-maitatatwang naghihintay rin ng mainit na yakap ng panganay n'yang matagal ring nawalay. Tinakbo niya ang salang pinaluwang at niyakap ang kahong nagliliwanag, puti, at may salamin.

Sa labas, binato ni Ben-ben ng tsinelas ang isang asong nagpapagpag ng galis sa harap niya at umatungal ito ng kalungkutan.

DE-KUWATRO

NAPADPAD ANG KANIYANG tingin sa larawang kuha sa bahay nila sa probinsya. Katabi niya ang kaniyang ina. Naka-de-kuwatro siya sa sofa samantalang may nakalapag naman na Louis V sa kandungan ng kaniyang nanay. Pinaliliwanag ang kuwarto ng mini-chandelier. Nagre-reflect ang liwanag nito sa kaniyang Rolex sa kaliwang kamay at gintong kwintas na nakalabas sa kaniyang woolly jacket na malayo sa tipo ng matatawarang panlamig sa 999. Tila naaamoy niya rin ang aroma ng freshly-brewed coffee at baguette sa saliw ng di-popular na playlist ni Whitney Houston, malayung-malayo sa kapeng tinutong-na-bigas at gurgurya na tsinitsibog ng kaniyang mga kamag-anak doon din sa Bangkoro, habang niluluwa ang nakakasawang Gangnam Style ng isang sabog na stereo ng pampasadang traysikel.

Noong pasko, makapal ang kaniyang wallet, ngunit ayaw n'yang magpamano. Nangako siyang tutustos sa tuition ng pamangkin, ngunit mas mahalaga ang upa niya sa flat. Nais niya sanang magde-kuwatro kaso masyadong maliit ang bangko niya ngayon.

Napadpad ang tingin sa orasang may pulang maple leaf at mapa ng Vancouver sa background. Alas kuwatro menos diyes. 10 minutes pa bago siya magsimulang magpakain, at magpaligo't maghugas ng kuyukot ng mga bugnuting matatanda. Maswerte na rin. Ano namang kinabukasan ang maghihintay sa'yo sa Pinas, Willie, kahit may MD ka pa sa pangalan?

Napadpad ang tingin sa kutsara't platitong kainan.

Hiniwaan ang bagong bukas na Spam. Nilasap ang kahilawan. Walang kaning katuwang.

GUHIT

KABABABA LAMANG NIYA galing ng third floor upang gumawa ng orange juice at sandwich sa kusina sa first floor na dadalhin sa anak ng kaniyang amo na nakahilata sa kama nito sa second floor. Pagkatapos ay babalik siya ulit sa third floor upang linisin ang mga carpet at kurtina. Saktong pagkalapag ng kutsarang panghalo at pagtalilis, nakita siya ng kaniyang among papaalis at may pinakuhang bag sa third floor. "Yes, Ser, yes, Ser." Umakyat siya sa third floor, bumaba, tangan pareho ang juice at sandwich at maliit na bag, nilapag muna ang pagkain, at sa pagtungo sa pintuan kung nasaan si Ser, lumabas ang anak nitong balot sa kumot, sinigawan siya dahil sa kaniyang kakuparang maghanda ng meryenda, na narinig naman ng among babae, na bumulyaw rin matapos malamang 'di pa nasisimulang punasan ang chandelier gayong may darating na bisita, at tambak pa rin ang labahang carpet at kurtina, at noo'y nagmura na rin si Ser sa Arabic dahil brown 'yong bag na pinakukuha niya, hindi 'yong reddish-brown. Sa gitna ng walang humpay na civil war sa ilang bansa sa Middle East, hinimatay itong si Nena, bumangga ang braso sa dulo ng mesang de-tiles, gumuhit ang mahabang sugat, umiyak ng dugo.

Sa isang ospital sa Riyadh, nasa tabi niya si Selphar, isang kasamang Sudanese domestic helper. Nagising siyang umiiyak. Pinatahan siya nito. Alam ni Selphar kung anong makakapagpasaya sa kaniya: FB. Binigay nito ang maliit na cellphone. Log-in. Nena B. Magbanwa. Isang notification. Nakatag siya sa post ng kaniyang babaeng pangalawa, tampok ang kanilang bunso sa picture.

"Congrats Bunso! Top 1, Grade 4 Section A! Proud kmi lhat sau galingan mo pa more :D <3 <3"

Dinama niya ang guhit ng sugat sa kaliwang braso. Napaluhang muli. Ngunit ngayo'y may guhit na ng ngiti sa labi.

MARISA V. BOLIVAR

Pangarap niya na makapagsulat ng nobelang kasing weird niya sa hinaharap. Naniniwala siya na hindi magtatapos sa pabebe wave ang mga kuwentong kayang buuin ng kabataan ngayon.

PREGNANCY TEST

"ILANG TAON NA naman ba?" Pabulong na tanong ko sa kaniya, pilit na tinatago ang kainisan na nararamdaman sa tuwing 'andito kami sa sitwasyon na 'to.

"Alam mo namang kailangan, 'di ba? Ilang beses ba nating gagawin to? Uulit-ulitin ba natin sa tuwing paalis na ako?" painis na sagot niya sa'kin.

"Bente na si Jose, kinse si Marites, at lima naman si Michael. Sa tuwing uuwi ka, may bagong bata na naiiwan. Para na akong palahian!" 'Di ko na napigilan ang aking pagsigaw. Pero pagkatapos kong mabitawan ang mga salitang 'yon, gusto ko rin agad bawiin. Kailangan ng dalawang tao para bumuo ng bata kaya alam kong kalahati ng sinusumbat ko sa kaniya e kasalanan ko rin.

Dahandahang lumapit sa akin si Mario. Maingat at mahinahon, parang mangangaso na unti-unting nilalapitan ang kunehong lulutuin niya sa pananghalian. Hinawakan niya ang aking mga kamay at sinabing, "Alam mong hindi 'yun gan'un at kung merong tamang panahon na kailangan kong magtrabaho sa ibang bansa e ngayon 'yun na malaki na ang ating pamilya."

Alam ko. 'Di ko naman tinatanggi 'yun. Parang wala lang kasing katapusan. Paulit-ulit. Aalis. Uuwi. Magkakaanak. Aalis. Uuwi. Magkakaanak. Binuksan ko ang kabinet at natulala, para bang iniinsulto ako ng positive pregnancy test na nakapatong sa damitan. Paulit-ulit. Walang katapusan.

PARANG SI TATAY

UMUWI NA SI Mario. Sabi ni Nanay, tawagin ko raw siyang Tatay. Pero bakit? Ngayon ko nga lang siya nakita nang personal e. Puro siya tawag at bitaw ng mga salitang ang sarap pakinggan pero parang wala namang laman. Puro siya padala ng mga bagay na sa una lang nakakatuwa pero habang nagtatagal nakakasawa. Kasiyahan na 'di naman nagtatagal... Parang siya...

"Michael! Bumaba ka na dito at mananananghalian na tayo!" sigaw ni Nanay.

Pagbabang pagbaba ko sa hagdan, mukha ni Mario kaagad ang nakita ko.

"O, 'Nak, tara kain na tayo! Baka ma-late pa ako sa flight ko e," nakangiti n'yang sabi sa akin. Flight. Oo nga pala, aalis na naman siya. Malamang limang taon na naman bago siya umuwi. Limang taon na naman sa buhay ko ang 'di na malalaman.

"Opo... Tay." Mahina at nagdadalawang-isip na sagot ko.

Wala rin pala akong pinagkaiba sa kaniya. Bumibitaw na rin ako ng mga salitang masarap nga pakinggan pero wala namang laman. Tatay? Ni 'di ko nga siya kilala e. Pero okay lang. Sabagay, ngayon ko lang naman 'to kailangang gawin e. 'Di naman 'to magtatagal... Parang si Tatay.

BAND-AID

NATULALA AKO SA sugat ko sa kamay kanina habang naglilinis ako kila Mrs. Cheng. Nakakadiring tingnan kasi namamasa-masa at naninilaw ang gitna dahil sa nana. Kasinlaki na rin ito ng piso kaya kita mo na ang mga natutuklap at nagli-layer na balat ng sugat. Masakit at ang pangit tingnan.

Noong biglang tumawag si Mama sa Skype e dali-dali akong kumuha ng Band-Aid para takpan ang sugat. Mahirap na. Baka makita pa nila at mag-alala.

"'Nak! Kumusta ka naman diyan sa Hong Kong? 'Di ka naman ba pinahihirapan ng mga amo mo?"

"Hindi naman po Ma. Mabait naman sila at 'di naman gan'un kahirap ang trabaho."

"Ah. Gan'un ba? Buti naman. Siya nga pala, 'Nak. Kailangan na rin kasi ng 'yong Papa ng bagong gamot. Iba na naman na reseta ni Dr. Buenafe."

"Kelan n'yo po ba kailangan?"

"Next week sana."

"Okay po."

"Oh siya nga pala, natatandaan mo pa na si Mareng Ising?" Wala na akong narinig sa mga naikuwento ni Mama. Ang nasa isip ko na lang e kailangan ko na naman ng bagong sideline dito. Kaninong pamilya na naman kaya ang aking pagsisilbihan? Kaninong anak ang aking babantayan? Kaninong mga damit ang aking lalabhan?

Hindi ko namalayan na naputol na pala ang koneksyon. Dahan-dahan kong tinanggal ang Band-Aid. Ayan. Kita na naman ang nakakadiri kong sugat. Wala na rin namang makakikita rito kaya p'wede nang makahinga. Nakakarindi pa ring tingnan. Parang wala lang n'ung may Band-Aid pero sa ilalim, nakakasuka, 'yung sakit at hirap.

MARK NORMAN S. BOQUIREN

Isang cultural worker, kuwentista, mandudula, at artist-teacher. Siya ay nagtapos ng kursong AB Communication Arts sa University of the East, Caloocan. Kasalukuyang nag-aaral si Norman sa UP Diliman ng kursong MA Filipino: Malikhaing Pagsulat. Siya ay naging fellow sa Virgin Labfest 10 Writing Fellowship Program (2014), Palihang Rogelio Sicat (2015), at UST National Writers' Workshop (2017). Kasapi siya ng Kuwentista ng mga Tsikiting (KUTING), The Writers' Bloc, Inc., Kataga–Manila, at Ang Pinoy Storytellers.

TEDDY BEAR

MASAYANG NILALARO NI Alma ang teddy bear na iniregalo sa kaniya ni Haruki, ang kaniyang English as Foreign Language (EFL) student. Naramdaman niya kay Haruki ang presensya ng kaniyang anak. Magkasing-edad lang kasi ang dalawa, parehas pang babae.

"Titsel Alma, my plesent pol you bicowz you al my pebolit!" Nakangiting iniabot ni Haruki kay Alma ang teddy bear.

"Thank you, Haruki! You're so sweet! I like it!" Kinikilig pang tinanggap ni Alma ang regalo.

"Tek kel of it always. I hope it mek you happy."

"Of course, Haruki. I will."

Apat na taon nang nagtuturo sa isang Language Center si Alma sa Toyonaka City sa Japan bilang EFL teacher. Alam ni Alma na native English speaker talaga ang kinakailangan upang magturo ng English sa mga Hapon. May ilang Pilipino na rin naman ang pinayagang magturo do'n, pero dumadaan sa mahabang proseso ang mga papeles. Nakipagsapalaran siya sa Japan hawak lamang ang tourist visa sa tulong ng kaniyang recruiter. Kahit ilegal ang pagkakapasok niya sa Japan, ang mahalaga ay makapagtrabaho siya. Naniniwala siyang agad na matatanggap dahil mas gusto ng mga Hapon ang mas mababang pasuweldo sa katulad niya kumpara sa mga native English speaker at mga propesyunal.

Unang linggo pa lamang ni Alma sa pagtuturo ay binalaan na siya ng kapuwa Pilipinong EFL teacher na mag-ingat sa pakikipagkaibigan sa mga Kanong katrabaho, lalo na't ilegal ang pagpasok niya sa Japan. Mag-ingat din daw siya sa pagtitiwala sa lahat ng mga tao sa paligid. 'Di nagtagal ay nasanay na si Alma sa trabaho at minahal siya ng kaniyang mga estudyante, tulad ni Haruki.

Naging masaya ang kanilang one-on-one class ng araw na 'yon. Pero bago pa man matapos ang kanilang klase ay napansin niya mula sa salaming pintuan ang papalapit na dalawang unipormadong Hapon, kasama ang may-ari ng Language Center. Kitang-kita sa kilos ng kaniyang amo ang pagkataranta. Sa malayo, sa likod ng mga papalapit sa kaniyang kuwarto, ay natanaw rin niya ang kasamahang Pilipino na nakamasid. Nanlamig ang kaniyang buong katawan. Napahigpit ang hawak niya sa teddy bear na nakapatong sa mesa.

"Ohayou gozaimasu," sabi ng isa sa mga unipormadong Hapon.

"Ohayou gozaimasu," sagot naman ni Alma.

"Can we invite you in the office?" tanong naman ng isa pang unipormadong Hapon.

Tumango na lamang siya dala ng takot. Waring humanap ng tulong, sumulyap siya sa kinaroroonan ng kababayang katrabaho, pero wala na ito ro'n.

Inabot na siya ng isang buwan sa selda habang hinihintay ang deportasyon. Sa ngayon, sa teddy bear na lang siya nagtitiwala.

REQUEST

DINO-DOUBLE CHECK NI Oan ang kaniyang mga padala na isinisilid niya sa balikbayan box, isang oras matapos ang pakikipag-usap niya sa kaniyang pamilya sa Skype.

"'Nak, nandiyan na ba ang pabango at lotion na ni-request ko sa'yo?" tanong ng kaniyang nanay.

"Yes Ma, 'di lang dalawa, apat pa."

"Ate, 'yong request ko sa'yong rubber shoes, ha?" paalala ng nakababatang kapatid na si Jon-jon.

"Meron na, Jon-jon. Kulay blue pa. Favorite mo."

"Ate 'yong Barbie ko rin, huwag mong kalimutan," sabi naman ni Jen.

"Oo naman, bunso. 'E lab na lab ka ni Ate 'e."

"Oan, 'yong astig na polo shirt ko, dal'wahin mo na," sabat ng Kuya Onet niya.

"Sige, Kuya. Hahanap pa ako ng isa."

"Saka ihanap mo na rin ako ng mapapangasawa d'yan," biro ng kaniyang kuya.

"Wala, Kuya. Ayaw nila ng mga batugan dito sa UAE," banat ni Oan.

Nagtawanan silang lahat. Nagpatuloy ang tuksuhan.

"'Nak, huwag mo palang kalimutan 'yong pantubos natin sa dyip ha," biglang singit ng kaniyang tatay.

"Kung 'di lang kasi ako natalo sa sabong at 'di ako na-stroke 'e 'di natin kailangang isangla 'yon."

"Opo 'Tay, hindi ko po kakalimutan. Magpapauna po muna ako ng padala," sagot niya habang pinipisil ang sobreng kinalalagyan ng perang ipapadala.

Isiniksik na rin niya ang mga tuwalya, de-lata, tsokolate, laruan, at ilang damit. Kalahati pa lang ng balikbayan box ang napupunan niya. Pagtatrabahuan pa niya ang pupuno sa natitirang kalahati.

Naalala niya na alas sais ng gabi hanggang alas tres ng madaling-araw ang oras ng kaniyang trabaho ngayon bilang waitress. Agad siyang naghanda sa pagpasok. Kakain pa sana siya nang makita n'yang walang laman ang maliit na n'yang refrigerator. Sinilip niya ang kaniyang pitaka. Sapat na lang ang laman nito hanggang sa susunod na araw ng sahod. Uminom na lang muna siya ng tubig. Didiskarte na lang siya ng makakain sa restaurant na pinagtatrabahuan niya sa Bur Dubai.

Alas-kuwatro y medya pa lang ng hapon ay nakasakay na siya sa company service na susundo sa kanila mula sa Sharjah. Humigit-kumulang isang oras pa ang titiisin niya sa biyahe.

Naalala niya ang sobreng may pera. Hindi pa rin 'yon puno. Pero gutom na gutom na talaga siya.

MASAYA. PAYAPA. TUWA.

MASAYANG-MASAYA SI ANTON dahil sa wakas ay makakabalik na siya sa Pilipinas. Tatlong taon din ang inilagi niya sa Syria. Masaya siya dahil kahit papaano ay may narating ang kaniyang pagsusumikap. Napagtapos niya ang kaniyang kapatid na nahinto sa pag-aaral sa kolehiyo. Nabigyan niya ng tricycle ang kaniyang tatay. Napalagyan niya ng second floor ang kanilang bahay. Alam niya na siya ay naging isang mabuting anak.

PAYAPANG-PAYAPA ANG KALOOBAN ni Lester na umuwi ng Pilipinas. Nagtrabaho siya sa Syria sa loob ng tatlong taon. Lahat ng kaniyang paghihirap ay para sa kagustuhan n'yang malagay na sa tahimik ang buhay. Pinaghahandaan niya ang matagal na nilang planong pagpapakasal ng kaniyang kasintahan, si Rowena. Gusto na nilang magkaroon ng simple at masayang pamilya. Alam niya na siya ay naging isang mabuting kasintahan.

TUWANG-TUWA SI OMAR na makakapiling na n'yang muli ang kaniyang pamilya sa Pilipinas. Hindi biro para sa kaniya ang tatlong taon sa Syria. Araw-araw ay iniisip niya kung paanong malalampasan ang pangungulila sa pamilya. Iniisip niya kung nakakaya ba ng kaniyang butihing asawa ang mag-isang magpalaki sa kanilang mga anak. Palagi rin n'yang iniisip na dapat ay maibigay niya ang pangangailangan ng mga ito. Alam niya na siya ay naging isang mabuting padre de pamilya.

Masaya ang damdamin, payapa ang kalooban at tuwang-tuwa silang tatlo na sa wakas ay natapos na rin ang tatlong taong pagtitiis nila sa Syria. Ngayon ay nakauwi na sila.

Sinalubong sila ng kanilang mga mahal sa buhay. Nagsisisigaw. Nagpapapadyak. Nagluluksa sa mga ataul na yari sa plywood na kinalalagyan nila.

CHENLEY CABALUNA

Isang rehistradong nars. Bukod sa pagsusulat, siya ay mahilig mag-coloring book at kumanta. Una niyang nahasa ang abilidad sa pagsusulat nang siya ay mapabilang sa First Eros Atalia Fiction Writing Workshop. Mababasa ang kaniyang ibang kuwento sa Wattpad bilang si @chenaciousley.

EX

SALAMAT SA MGA padala mo. Sabi ko over the line. Nakatingin ako sa kakabukas ko lang na package. Karamihan sa laman ay gamit para sa baby natin—maliit na sapatos, gloves, pacifier, sumbrerong cotton. Puro kulay pink. Kaso lalake ang anak natin, dagdag ko. Humingi ka ng sorry. Pero alam kong hindi iyon para sa mga kulay pink na gamit.

Sa totoo lang, gusto mong mag-Skype tayo. Pero parang hindi ko 'ata kaya pa. Hindi pa 'ko nakaka-get over sa'yo. Bago ka umalis papuntang Australia, isang taon na ang nakalilipas, marami kang ipinangako sa'kin. Magandang buhay para sa baby natin—4 months pregnant ako that time, mas maalwan na buhay para sa'kin, para sa magiging pamilya natin.

Kumusta ka na d'yan sa Pinas, sabi mo. Bukod sa broken hearted dahil sa'yo, mabuti naman overall. 'Wag ka na mag-alala, sabi mo. 'Wag mo i-stress ang sarili mo. Pananagutan ko pa rin ang baby natin no matter what. Tumulo ang mga luha ko.

Eh, paano ako? Hindi ko na napigilan na maging garalgal ang boses ko. Paano ako? Ulit ko. Sorry, sabi mo ulit. Hindi ko sinasadya. Kaya kong maging daddy para sa anak natin, pero hindi ko na kayang maging husband mo. Mahal ko si Romeo. Sana ma-gets at mapatawad mo rin ako balang araw.

ROBOT

HAWAK-HAWAK NI ROY ang malaking robot na padala ng kaniyang ama. Isa ito sa mga habilin niya nang magpunta ang ama sa Saudi tatlong taon na ang nakaraan. Kulay pula at gawa sa bakal ang robot. Nakakalas ang mga piyesa at p'wedeng buuin para maging sasakyan. P'wede ring maging hugis leon. Pinakapaborito ni Roy ang robot na iyon kumpara sa iba pang laruan na naipadala ng ama niya. Napadalhan na siya ng maraming Lego at mga kotse-kotsehan, pero 'yung robot lang ang nadala niya sa eskwelahan para ipagmalaki sa mga kaklase. Nagamit niya rin ito minsan sa klase nang may aktibidad silang tinatawag na"show and tell."

'Ika ni Roy, matibay ang robot niya. Mahihirapan ang mga kalaban na puksain ang kaniyang robot. Hindi ito madaling patumbahin at hindi natitinag.

At dahil sa nahiligan talaga ni Roy ang robot, nangako ang kaniyang ama na magpapadala ng isa pa. Kulay asul naman daw.

"I love you, Papa. Salamat po!" masayang sambit ni Roy habang kausap ang ama sa telepono.

At ngayong araw na ito ang araw kung kailan magkakaroon na ng kasama ang pulang robot ni Roy. Nang maaninag ni Roy ang kaniyang ina na may tulak-tulak na trolley, napahigpit ang yakap ni Roy sa pulang robot.

"Andito sa box na 'to 'yung blue na robot," wika ng nanay ni Roy sabay ngumiti ngunit hindi umabot hanggang mga mata. Pinilit na 'wag umiyak ni Roy ngunit isang impit na hikbi ang napakawalan nito. Hindi niya tinignan ang box na naglalaman ng asul na robot, kundi natuon lamang ang atensyon niya sa isang parihabang box.

Ang box ay 'sintangkad ng tao at paulit-ulit na pinalibutan ng packaging tape. May malalaking letra na nakasulat gamit ang itim na marker. Sa palibot ng kahon, nababasa niya sa nametag ang pangalan ng kaniyang ama.

FOREIGN TONGUE

"CAN I SPEAK to Mr. Galang?" Wika ng isang call center agent. Isa siyang nurse associate na nagtatrabaho para sa US Healthcare Plan na nakabase sa Pilipinas. Tinatawagan niya isa-isa ang matatandang miyembro ng health plan na iyon para kumustahin ang mga ito at itanong kung naiinom ba nila nang tama ang kanilang mga gamot.

"Can you speak Tagalog?" Bakas na ang American accent sa pag-e-English nito kaya hinuha niya, matagal na ito sa Amerika pero hindi masyadong nagulat ang Pinoy nurse ang kausap dahil sa apelyido nito.

"How'd you know that I'm a Filipino?" Matagal nang na-neutralize ng nurse ang kaniyang accent dahil matagal na siya sa industriyang ito kaya naman nasorpresa siya na nalaman ng matanda ang kaniyang nationality.

"Binigkas mo kase 'yung apelyido ko nang tama. Kapag Amerikano kasi, GA-lang ang bigkas." Napangiti ang nurse sa matalinong pagsusuri ng matanda. "Kumusta po kayo?"

"Eto, masayang-masaya. Matapos ang mahigit limampung taon, makakapagsalita na uli ng wika na masarap sa dila."

MIKKA ANN CABANGON

Estudyante ng UP na kumukuha ng kursong BA Art Studies major in Philippine Arts. Apprentice sa Arts Management sa ilalim ng pamamahala ni Prop Aurea B. Lopez sa Sentro ng Etnomusikolohiya, Kolehiyo ng Musika sa nasabing unibersidad. Gumanap na sa mga dula hindi lamang sa UP maging sa ibang unibersidad. Lumabas na rin sa mga short films tulad ng *Balat, Nemesis* at *Pulses from the Outer Space* na pinalabas sa Cultural Center of the Philippines. Isang nude model sa mga pintor, potograpo at iskultor. Naging fellow ng Palihang Rogelio Sicat sa kategoryang malikhaing sanaysay. Nagsusulat din ng mga tulang erotiko. Pinagtutuunan ng pansin sa kasalukuyan ang pagiging visual artist.

PASALUBONG

ALAS DIYES NA ng gabi nang makauwi ako sa bahay. May imported na sabon, lotion at tsokolate na nakapatong sa kama ko. Bigay daw ng kapitbahay namin sabi ng tatay ko. Si Ate Rissa. Kababalik niya lang galing Saudi. DH siya roon sa loob ng dalawang taon. Napatitig na lang ako sa mga bigay niya. Hindi naman kami close. Pero ayos na rin.

Naulinigan ko ang pagtatalo sa kalapit bahay. May komosyon sa loob. Mainit ang palitan ng mga salita.

"Bakit mo aampunin 'yung bata? Nasisiraan ka na ba ng bait? Hindi naman 'yun galing sa'yo." Humagulgol si Ate Rissa sa salita ng kaniyang ina. Kahit baliin na raw niya lahat ng buto sa katawan para magtrabaho at mabuhay lang ang bata gagawin niya. Halos magmakaawa na siya. Naglaro sa isip ko ang senaryong iyon. Ipinikit ko na lang ang mga mata. Pilit umaamot ng antok.

"Akala mo ba hindi ko alam ang relasyon ni Eka? Kung bakit lagi siyang dumadalaw rito mula nang bumalik ka. Hindi ako pinanganak kahapon, Rissa."

Napabaling ako sa kama. Tomboy pala si Ate Rissa. Ilang araw ko na ring napapansin 'yung buntis sa kanilang bahay. Naninigarilyo nang patago sa eskinita. Kaibigan daw ni Ate Rissa. Tulad niya na DH din sa Saudi. Naunang natapos ang kontrata. Nadisgrasya pag-uwi rito sa Pilipinas at tulad ng karamihan tinakbuhan ng hinayupak na lalaki. Binayaran pala siya ni Ate Rissa na ipagpatuloy ang pagbubuntis para magkaroon siya ng anak. At 'yung karelasyon niya na babae ang naghahatid ng pagkain sa kaibigan n'yang buntis n'ung hindi pa nakakauwi si Ate Rissa.

Nagkaroon na ng sumbatan ang mag-ina. Si Ate Rissa naman daw ang nagpaayos n'ung bahay. Lahat ng appliances siya rin ang bumili. Ang bisyo ng nanay niya na sugal at sigarilyo sa bulsa niya 'yun galing. Pati na 'yung pang-bato ng kuya niya. Tang ina, binabawas sa padala niya. Ngayon na mag-aampon siya ng bata, hindi p'wede. Napunta pa sa usapin ng kaniyang kasarian. Porke't tomboy siya, wala na siyang karapatang maging ina. Kahit hindi man galing sa puke niya may kakayahan pa rin siyang magpaka-ina.

Pabalagbag na sumara ang gate ng kanilang bahay. Naulinigan ko ang mga papalayong yabag. Hindi ko alam kung sino ang lumabas ngunit ramdam ko ang bigat sa paghalik ng tsinelas sa malamig na semento.

"Malalim na ang gabi, mabigat na ang karne," ito ang paboritong kasabihan na laging sinasabi ng nanay ko kapag hatinggabi na at may ginagawa pa kami. Huling nahagip ng aking tingin ang pasalubong na ipinatong ko sa mesa. Bukas ko na lang kakainin ang tsokolate.

JOSHUA

"ATE MIK-MIK! ATE Mik-mik!"

May mahihina at magkakasunod na katok sa pintuan ng aming bahay.

Napabangon ako bigla. Nahulog ang kumot na nakabalot sa aking katawan. Sumalubong ang mainit na hangin na nanggagaling sa lumang electric fan. Tumayo agad ako. Pagkabukas ng pinto, agad na pumasok si Joshua. Tatlong taon pa lang siya. Namimilog ang kaniyang mga mata at pisngi. Mahahaba ang pilik-mata. Pinuntirya niya agad ang doll house ko.

"Peram ako nito. Ang ganda. Kulay pink. 'Di ako bili ni Mama Rissa, e."

"Nasaan Mama Rissa mo?"

"Work."

Pinagmasdan ko siya habang nilalaro ang doll house. Nakaalis na ulit si Ate Rissa. Sa Hong Kong naman siya nag-DH ngayon. Nag-aalaga ng ibang bata. Naiwan si Joshua sa pangangalaga ng kaniyang "lola." Napahawak ako sa aking ulo. Hangover. Putsa. Kinuha rin ni Joshua ang mga manikang gawa ko. Kinausap ang sarili. Habang pinag-aaway ang mga manika sa loob ng doll house. Napangiti ako.

"Ate Mik-mik, bakla ako!" sabay ng isang bungisngis.

Napakunot ako ng noo. Dagdag pa ni Joshua 'yun daw ang sabi ng kaniyang "lola." Napalunok ako. Ano ba naman ang itinuturo sa batang ito? Bakit iba pa ang magdidikta ng kaniyang kasarian? Hindi ba p'wedeng siya ang tumuklas sa kaniyang paglaki?

May tumawag sa kaniyang pangalan. Pinapauwi na ang bata. Nagpaalam siya sa akin. Hinayaan ko na lang na dalhin niya ang laruan ko. Tinanaw ko na lang ang kaniyang pag-uwi. Kumekendeng sa paglalakad.

PAGPASOK

KALAHATING ORAS NA ako sa loob ng banyo. Dapat magmamadali na ako, mahuhuli na ako sa aking klase. Pinatay ko ang gripo at naupo sa bowl. Hinayaan ko lang ang bula ng sabon na mahulog mula sa aking katawan. Nagitla ako sa isang palahaw. Pinapalo na naman si Joshua.

"Hindi ka na naman papasok na bata ka. Anong gusto mong mangyari sa'yo paglaki mo kung hindi ka mag-aaral?" sumunod na lumalagapak ang isang hagupit. Napapalatak ako. Kakaibang araw na naman ito. Pinipilit paaminin ng kaniyang "lola" si Joshua. Nasa elementarya na siya. Masayahin si Joshua. Magaslaw kung gumalaw.

"Tatawagan ko ang Mama Rissa mo. Tingnan natin 'yang katigasan ng ulo mo." Sumunod na narinig ko ang loudspeaker ng cellphone. Tinatanong kung bakit ayaw pumasok ni Joshua. Napagalitan pala ang bata ng kaniyang titser. Ililipat daw siya ng room. Umiiyak pa rin siya habang nagsusumbong. Naging malumanay ang boses ng kaniyang "lola." Tumunog ang end call.

"Padadala ka raw ng Mama Rissa mo sa Mindanao kapag hindi ka pa pumasok." Umalingawngaw ang pagmamakaawa ng bata. Muli, kong pinihit ang gripo. Rumagasa ang tubig. Sa bandang huli, napagdesisyunan kong pumasok na.

AIRA CANLAS

Kasalukuyang kumukuha ng kursong BA Malikhaing Pagsulat sa Bulacan State University. Dahil sa pagtatrabaho ng kaniyang ina sa ibang bansa, siya mismo ang tumayong magulang sa kaniyang nakababatang kapatid. Para sa kaniya, ang balikbayan box o padala na lamang ng kaniyang ina ang nagiging kapalit nang pagkawalay at pangungulila nito sa kanila.

PICTURE FRAME

NANG NAKARAANG LINGGO, nag-text sa roaming number niya ang kaniyang ate. Ang sabi sa text, "Leni, 'yung asawa mo may ibang babaeng dinadala sa bahay ninyo." Sumunod na text, "Naglayas nga pala ang anak n'yo, pinagalitan kasi ng asawa mo dahil nakasagutan ang babae niya."

Habang tinitignan niya at pinupunasan ang picture frame nilang pamilya, napaluha siya sa naalalang text messages.

Biglang tumakbo ang alagang aso ng kaniyang amo, natabig nito at nabasag ang picture frame. Nagkalat sa sahig.

"Putang inang hayop talaga!" Mariing sigaw niya. 'Singriin ng pagkukuyom ng mga palad sa hawak-hawak nitong mga bubog.

BAYAD-UTANG

SABADO NG GABI at bukas ay wala silang pasok kaya para magpalipas ng pagod ay umiinom sina Melda at Anna sa terrace ng boarding house.

"Sampung taon na kayo rito sa Hong Kong, may balak pa ho ba kayong umuwi sa Pilipinas at manatili na roon?"

"S'yempre naman at gusto ko na umuwi sa amin. Hindi pa lang talaga puwede."

"Bakit naman ho?"

"Hangga't may mga utang pa akong binabayaran sa bangko at sa ilang kaibigan ay hindi pa puwede. Ako lang ang inaasahan ng asawa ko at pinag-aaral ko pa ang dalawang dalaga ko sa kolehiyo. Masakit mang isipin, sampung taon na ako rito sa Hong Kong, wala man lang akong naipon sa Pilipinas. Kung hindi ako magpapadala tuwing katapusan, wala silang magagastos sa bahay. Hindi pa rin tapos hulugan sa GSIS ang bahay namin. Dito naman, puro pa utang."

Ininom muna ni Anna ang alak na nasa harapan bago nagtanong uli, "E bakit naman ho kasi kayo nabaon sa utang dito kung nakukuha naman ninyo ang sahod tuwing katapusan?"

Biglang tumunog ang cellphone ni Melda. Calling... Iza

"Tumatawag ang anak ko." Masaya niyang sinagot ang tawag.

"Hello Anak!"

"Nay, kumusta ka na po d'yan?"

"Mabuti naman, ikaw? Kumusta kayo d'yan?"

"Okay naman po kami. May gusto nga po pala ako hilingin sa iyo 'Nay." Biglang humina ang boses ng anak niya mula sa kabilang linya.

"Ano iyon?" Mabilis na sagot ni Melda sa anak.

"May bagong labas daw po kasi na iPhone 6s. Puwede po ba na iyon na lang ang kapalit nitong iPhone 6 ko? Mas maganda raw po kasi iyon e."

At biglang ininom ni Melda ang alak na nasa kaniyang harapan. Sa tingin niya, hindi na kailangan pang sagutin ang naiwang tanong ni Anna.

BAGAHE

SA WAKAS, NAPUNO na ang box na ipapadala ko!

Bukas ay ipakukuha ko na sa cargo para makarating kina Nanay at Tatay bago magpasko. Andoon na kasi ang panghanda nila. Iba't ibang klase ng pasta, condensed at evaporated milk, mayonnaise, ketchup, mga de-lata, gamit sa kusina, panglinis sa banyo at panlaba, maging toothbrush at toothpaste, tissue at cotton buds. Sari-saring gamit na alam kong magagamit nila at kailangan sa bahay. Halos limang buwan ko ring inipon iyon. Nakasama na rin ang Elle Bag na binili ng amo ko para kay Nanay.

Matapos ang isang buwan, dumating na raw ang padala ko. Magka-Skype kami nina Nanay at Tatay, kitang-kita ko iyong pinadala ko, nadismaya ako nang makitang ang gulo-gulo. Balita na hinaharang daw ng Customs upang patungan ng tax ang mga bagahe. May nakalagay na "Inspected" sa kahon. Wala na iyong bag na para kay Nanay. Kulang-kulang na ang mga nilagay ko roon. Paano pa makakain ang mga pasta kung nahaluan na ng shampoo?

Nagpaalam na ako kay Nanay na may gagawing trabaho. Kahit ang totoo ay day-off ko. Ayokong makita ang pinadala ko.

Hindi pa ba sapat iyong remittance na ipinapadala namin? Bakit kailangang patungan pa ng tax ang mga bagahe? Doble bagahe talaga ang nararanasan namin dito! Para kanino ba talaga kami nagtatrabaho? Ilan sa namuong mga katanungan sa isip ko. At wala akong makitang kasagutan sa hinuhugasang maruruming plato na nakatambak sa lababo.

NONON VILLALUZ CARANDANG

Ernesto Villaluz Carandang II, kilala sa palayaw na Nonon. Siya ang kasalukuyang Tagapangulo ng Departamento ng Filipino at nagtuturo sa De La Salle University (DLSU) ng panitikan, wika, kultura, malikhaing pagsulat, pamamahayagan at humanidades. Lumaki sa bayan ng Valenzuela, may mga kamag-anak at mayamang alaala sa Nueva Ecija, Quezon at Batangas, at kasalukuyang naninirahan sa Bulacan. Nailathala ang kanyang mga aklat na *Angkan ni Eba* (UST Publishing House, 2005), *Lahi ni Adan* (UST Publishing House, 2007) at *Mga Kuwentong Lagalag* (NCCA Ubod Writers Series). Nailathala sa mga magasin, pahayagan, at antolohiyang pampanitikan sa bansa at ibayong-dagat ang kanyang mga akda. Naniniwala siya na ang paglikha o pagkatha ay hindi para sa pansariling ambisyon lamang, kundi isang bokasyon, panata, at prinsipyo ng isang alagad ng sining.

SUMPAAN SA TORE NG EIFFEL

TUWING HAPON NG Biyernes nagkikita sa Tore ng Eiffel sina Lito at Susan. Mahal ni Susan si Lito kahit pa alam n'yang may asawa't anak ito sa Maynila. Sa tore sila nagkakilala nang minsang liparin ng malamig na hangin ang bandanang nakabalabal sa ulo ni Susan at habulin ito ng nagpapahingang si Lito sa ilalim ng tore. Mula noon, nabuo na ang kanilang magandang pagtitinginan.

Matalik na kabigan ni Lito si Edmund. Siya lamang ang nakaaalam ng sikretong relasyon ng dalawa. Inaanak ni Edmund ang panganay sa apat na anak ni Lito. At ilang ulit na n'yang pinayuhan si Lito na huwag nang ipagpatuloy ang pakikirelasyon kay Susan. Subalit, wala siyang magawa.

Lingid kay Lito, napupusuan at may pagtingin din si Edmund kay Susan na sadyang may angking kagandahang umaapaw sa kaniyang sariwang gulang na dalawampu't walo. Minsang mas maagang dumating si Edmund sa Tore ng Eiffel para katagpuin si Susan. Dala nito ang tiket para sa pag-akyat sa tuktok ng Eiffel. Malambing ang dapithapong iyon at may imbitasyon ang pag-ibig sa lahat ng umaakyat sa tore. Ngunit tinanggihan ito ni Susan at sinabing inaasahan na niya ang maagang dating ni Lito. May kirot sa dibdib ni Edmund at sadyang nagtanim siya ng lihim na galit at inggit sa kaibigang si Lito.

Lihim n'yang ipinaalam ang pakikiapid ni Lito sa kaniyang tunay na asawa. At nagkasundo ang dalawa na ililihim nila ito kay Lito. Pinauwi ng asawa si Lito sa pagdadahilang malubha ang isa sa kaniyang anak. Hindi matiis ni Lito, kung kaya't agad siyang umuwi sa Maynila.

Ikinasiphayo ito ni Susan. Walang paalam at pangako ng agarang pagbabalik ni Lito. Malimit tuloy na si Edmund ang kaniyang naging kasama at hingahan ng sama ng loob. Madalas silang nagpapalipas ng oras sa parke at hardin ng Louvre at kung minsan nama'y nagpapahangin sa payapang pampang ng Ilog Seine. Hanggang sa mabuo ang pagsasamahang kahawig ng pag-ibig ni Susan kay Lito. Nalimot ni Susan si Lito.

Minsang hinihintay ni Susan si Edmund sa parke ng Louvre nang may maligamgam na haplos sa balikat ang kaniyang naramdaman. Nilingon ito ng dalaga at nagitlang makilalang si Lito. Nagbalik na si Lito kasama ang pagbabalik ng kaniyang pag-ibig sa lalaki. Hindi pa pala niya nalilimot ang lalaki at kung papaano ito mahalin.

"Hindi ito ang napagkasunduan nating tagpuan. 'Di ba sa ilalim ng Eiffel tuwing alas kuwatro hanggang ala-sais ng hapon?"

Napayakap na lamang si Susan dito tulad ng sumasambang si Psyche kay Eros sa Museo ng Louvre. At nalaman n'yang may ilang linggo na rin palang nakabalik si Lito. Naipagtapat na rin ni Lito ang kaniyang paghiwalay sa asawa kahit napakahirap gawin nito. Subalit hindi kinaya ni Susan na aminin ang tungkol sa kaniyang pakikirelasyon kay Edmund. Nangamba siyang hindi ito matanggap ni Lito at magkahiwalay pa silang muli.

Naikuwento ni Susan kay Edmund ang pagbabalik ni Lito. Piho ang bagabag na tono ng babae. At nabatid ni Edmund ang muling nabuhay na pag-ibig ni Susan lalo't walang malinaw na paghihiwalay sila ni Lito. Minabuti ni Susan na lumayo at kumalas na muna kay Edmund. Tahimik na tinanggap ni Edmund ito. Kalmado siya na tila pagdaloy ng Ilog Seine.

Nagtagpo ang magkaibigang si Lito at Edmund minsang tulog na ang langit at umaandap-nagniningning na ang s'yudad sa mga ilaw. Ipinagdiwang nila ang pagbabalik ni Lito at ang pagkikita nilang muli sa pagsasalo sa ilang bote ng alak at *escargot*. Uminit ang gabing mahalumigmig na puno ng kuwentong ukol sa pag-ibig. At halos alas diyes na ng kanilang maramdaman ang hilo at ang pangangailangan sa pag-uwi para habulin ang huling tren.

Nakatayo na ang magkaibigan sa subway bago pa mangalahati ang oras. Unti-unting nanginig ang kongkreto at humangos ang tunog ng tren. Malamig ang subway at madalang na ang pasahero nang maaninag nila ang ilaw ng sasakyang pauwi. Ilang hakbang na lamang ang layo ng tren nang bigwasan ni Lito si Edmund dahil sa galit nito sa pagkakabunyag ng pakikipag-ugnayan niya kay Susan sa kaniyang asawa. Bagaman, mabilis na dinaklot ni Edmund ang kuwelyo ni Lito at kapuwa silang napatihulog sa riles. Tanging ang tinig na lang ng kung sino sa dalawa ang narinig na sumigaw bago ang paghahari ng tunog-tren sa dinudurog na buto't laman ng magkaibigan.

"Mahal ko si Susan!!!"

Dapithapon sa ilalim ng Eiffel nang hubarin ni Susan ang bandana at ipaubayang tangayin ito ng hangin.

ANG KAPALARAN NG KIRI

SIYA NGA SI Sabel, ang babaeng kilala at binansagang *kiri*. Dati siyang naninirahan sa Maynila, sa may Pasay. Doon siya ibinahay ng kaniyang lalaking kinasama ng pitong taon. Nakilala niya ito nang dumaong ang kaniyang barko mula sa Iloilo. Magtatrabaho siya sa patahian ng kubrekama ng kaniyang tiyahin sa Laguna samantalang porter sa pier ang lalaking nakilala n'yang si Tonyo. Mabait at maamo ang mukha ni Tonyo kung kaya't nahulog ang kaniyang loob agad sa lalaki. Hanggang sa napadalas na ang pagdalaw nito sa Laguna. Ang alam ni Sabel, si Tonyo na ang lalaki para sa kaniya at ang dapat na makasama at maging ama ng kaniyang magiging mga anak. Hindi na pinatagal ni Sabel ang desisyon at pinili n'yang magtanan at makisama kay Tonyo. Wala siyang maipintas kay Tonyo kundi ang pagiging sobrang mapagmahal nito. Para siyang isang hiyas na dapat ingatan at mahalin. Hindi natatapos ang maghapon nang hindi nila pinapayagang magniig ang kanilang mga puso at magpaubaya sa init ng isa't isa. Inilaan na ni Sabel ang sarili para sa lalaking walang ginawa kundi ang pasayahin at bigyan siya ng kapayapaan.

Lumipas ang panahon. Nadagdagan ang kasama nila sa bahay ng isang paslit na babae. Lumaki ito nang simple ang pamumuhay na kasama ang kaniyang ama at ina. Umaapaw pa rin sa pagmamahalan sina Tonyo at Sabel.

Pero sadyang hindi madiktahan ng puso ang dapat tunguhin ng buhay. Matagal kung minsan ang panahong lumilipas bago malamang ang pagsasama ay may hangganan. Hindi maipipinta ang sakit nang hapong mabatid ni Sabel na pumanaw na si Tonyo. Napatid ang kable ng kahong naglalaman ng makina na siyang bumagsak sa bumbunan at katawan ng lalaking kaniyang iniingatan. Nakita pa niya ang katawan nito habang iniaangat ang kung ilang librang kahong dumagan sa pagod at pawisang katawan sa pier.

Ilang taon n'yang dinala ang pait nito. Sinikap buhayin ang anak nang nag-iisa. Balik sa patahian ang kaniyang buhay. Palagi n'yang inaalala ang pagdating ni Tonyo para sundiin at ihatid siya noong nabubuhay pa ito. Naroroon lang ang kaniyang anak para magpaalala ng realidad na silang dalawa na lamang natitira sa buhay.

Tumamlay ang ekonomya at ang patahian. Dumating ang araw na nabili na ng isang mayamang Aleman ang patahian. Nangapital ang ilang banyaga para maisalba ang ilang hanapbuhay. Hindi inisip ni Sabel na kasama siya sa masasagip. Nakilala siya ng Aleman at nagkasundo sila. Nagsimula doon ang mabuting pagtitinginan at naging malapit pa ang Aleman sa anak ni Sabel. Nasa animnapu ang edad nito na bakas ang taon ng kaniyang paghahanap ng pag-ibig matapos yumao ang asawa ilang taon na ang nakalilipas.

Hindi na nagtagal pa at napagpasyahan nilang manirahan na lamang sa Alemanya matapos ang patuloy na pananamlay ng ekonomya at pagbagsak ng halaga ng export. Nagpakasal na si Sabel sa Aleman.

Nanirahan sila roon nang kung ilang taon. Humina rin ang pangangatawan ng nagkakaedad na Aleman kasabay ng pagkakasakit ng Alzheimer's Disease.

Doon rin niya nakilala si Noel, ang pamangkin ng kaniyang kaibigang Filipinang nurse na doon din naninirahan. Mabait, magalang at masipag si Noel. Kadalasang nakakasabay ni Sabel at ng kaniyang anak si Noel sa misa sa malapit na Katolikong simbahan. At kung minsan sabay silang nagro-grocery at kumakain sa labas.

Nagdiwang ng kaarawan ang kaibigang nurse ni Sabel. Maraming Filipinong mula sa Hanover, Munich at Frankfurt ang dumalo. Nakilala ito ni Sabel bagamat mas natuon ang atensyon kay Noel habang pinagsasaluhan nila ang kung ilang bote ng alak. Sumapit ang ikalawa ng umaga at iilan na lamang ang natitira. Tulog na rin ang paslit sa sofa. Sinapian na ng espirito ng alak sina Noel at Sabel nang biglang hindi nila mapigil ang kanilang sarili. Hinalikan ni Noel si Sabel at naging marubdob silang dalawa. May ilang nakasaksi bagaman, wala silang pakialam. Humigpit ang yakap ng isa't isa. Parang walang pakay na tapusin ito. Tuluy-tuloy ito at sa kalagitnaan ng pagniniig ng kanilang mga labi ay may napakli si Sabel.

"Mahal na mahal pa rin kita. 'Wag mo na 'kong iiwan, Tonyo!"

ANG BUNGANGERA SA ROMA

KILALA ANG ROMA sa kaniyang pagiging sentro ng Katolisismo, lalo't naririto ang Sentrong Pontipikal ng simbahan. Mayaman sa kultura at kasaysayan ang s'yudad na pinagpala pang lalo ng kariktan ng panahong renasimiento. Dito natin makikilala ang libu-libong Kristiyanong Filipinong may kani-kaniyang buhay na hinugot mula sa Pilipinas at itinanim ng panibago sa matabang lupain ng mga Italyano.

Nakilala ko si Tita Emy, ang host ng aming koro sa Roma. Siya ang ina ni Mike, ang baklang may-ari ng isang parlor, internet shop at call center sa Roma. Mula sa pagiging mahirap na pamilya sina Tita Emy. Dati siyang tagalinis ng bote at garapa sa junkshop at tagatiklop ng supot ng semento sa Bulacan. Tanging si Mike lang ang nakapag-aral at natutong maghanapbuhay sa paggugupit sa isang parlor. Nasa limampu na ang edad ni Tita Emy na nakatutuwang hindi halata dahil as kaniyang masiyahin at matabil na bibig. Nakasanayan na niya at maaaring nakadikit sa kaniyang pagkatao ang pagmumura at pagiging madumi ng dila. Natural na ang bawat umpisa at pagtatapos ng kaniyang pahayag ay may katambal na maaanghang na salita. Sadyang ganoon na ang tabas ng kaniyang dila kahit pa sadyang napakabuti at maaalalahanin siya.

Tulad ng una kaming magkakilala. Pinaulanan na niya kami ng aking limang kaibigang kasapi ng choir ng, "Hoy, mga kupal magsikain na kayo! Dalhin n'yo na 'yang mga bagahe sa bahay."

At nang magising kami nang sumunod na araw, "Hoy mga putang ina n'yo! Magsiligo na kayo. Madami akong nilutong masasarap. Ubusin n'yong lahat! Mga burat, ilagay n'yo na lang sa lababo 'yung pinagkanan at ako na ang maghuhugas pagbalik ko mamaya. Punta na 'ko sa shop."

At nang dalawin niya kami isang hapon para dalhan ng meryenda, "Mga hindot, kain na! 'Wag nang tatanga-tanga d'yan! Masarap itong pasta. Italyanong Pinoy ang nagluto!" at marami pang nakatatawa, nakatutuwa, at nakakapikong salita ang aming inani mula sa kaniya.

May labing-walong taon na silang naninirahan sa Roma. Mapalad sila sapagkat sobra pa sa sapat ang kanilang kinikita sa kasalukuyan. Kung tutuusin, nasa kanila ang lahat ng dahilan para maging masaya at kuntento sa buhay matapos ang hirap nilang pinag-ahunan sa Pilipinas. Pero hindi rin pala.

Sumapit ang araw ng aming konsyerto sa Simbahang Santa de Podenciana para sa Filipino Community. Kakatwang hindi namin nakita si Mike at si Tita Emy doon. Hindi nila kami pinanood kahit pa naimbitahan na namin sila nang ilang ulit. Inisip na lang naming abala sila sa kanilang trabaho kahit pa ito ay naganap ng Linggo.

Dumating ang araw ng aming paglisan sa Roma patungong Pransya. Maganda ang araw na may maligamgam na ihip ng hangin. Mula sa kanilang bahay ay nagtungo na kami matapos ang agahan sa internet at call center para magpaalam kay Tita Emy. Naroroon siya sa counter at tila nakatitig sa kawalan.

Pumasok kami at kaniya kaming binati, s'yempre gan'un pa rin ang timpla ng kaniyang salita.

"Puking ina, aalis na pala kayo! Kumain ba kayo ng marami? Mga bulbol, binaon n'yo na sana 'yung natirang tinapay. Pasensya na kayo, hindi na kami nakadalo ng concert n'yo. Kasi..."

At doon namin nakita ang tunay na Tita Emy at ang bigat ng kaniyang dinadalang sama ng loob.

"Kasi, nandun 'yung puking inang asawa ko. Tarantadong 'yun. Isinisimba pa 'yung kabit niya! Hindi na natakot sa Diyos. Ang kakapal ng mukha!"

At nagsimula nang tumulo ang kaniyang luha sabay ng nanginginig na tinig.

"Alam n'yo, akala n'yo lang masaya ako rito. Pero ang totoo, gusto ko nang umuwi ng Pilipinas. Hindi ako masaya rito lalo na sa buwakanang-inang asawa ko. Dito ko lang naman nakilala ang hayop na 'yan. Ayaw nga diyan ni Mike, ako lang ang nagpumilit. Alam n'yo ba, umuuwi 'yan ng bahay dalawang beses lang sa isang buwan tapos ni hindi nga niya ko sinisipingan. Mukha na 'kong kawawa. Tapos, utang na loob ko pa ang pag-uwi niya."

Wala kaming masabi. Parang nabusalan kaming lima sa aming nalaman. Tanging ang isa lamang sa amin ang nakaisip na magbigay ng mga salitang pampalakas-loob sa kaniya.

"Alam n'yo, mas gusto ko pa ang maghugas ng basyong bote at magpagpag ng supot ng semento sa atin. Pagod na ako dito. Dapat nga siya ang nagbabantay ng shop ngayon, pero nasaan siya? Ang masakit pa, ang ginagastusan at ibinabahay niya e ang malanding Filipinang kaibigan ni Mike. Tinulungan lang ng anak kong makarating dito ang puking inang 'yun! Tapos, ito pa ang isusukli niya sa aming mag-ina."

Napayuko na lamang siya at ibinuhos sa aming harapan ang natitirang hikbi at luha. Napakahirap siyang talikuran kahit pa batid naming may sapat siyang lakas ng loob. At ipinabaon na lamang niya sa amin ang huling pangungusap.

"Alam n'yo, napasaya ninyo ako sa limang araw n'yong pagtira sa bahay namin. 'Wag n'yo kong kalilimutan."

At isa-isa kaming humalik at nagpaalam sa kaniya.

F. JORDAN CARNICE

Nagtapos ng Creative Writing sa Silliman University at kasalukuyang kumukuha ng BS Information Technology. Ang kaniyang mga gawa ay nalathala sa *Philippines Graphic, Philippines Free Press, Under the Storm: An Anthology of Contemporary Philippine Poetry, New Voices Anthology: Poetry, Quarterly Literary Review Singapore*, at marami pang iba. Naging Fellow siya sa mga national writers workshop sa Dumaguete, Bacolod at Iligan at naging panelist sa ika-apat na Taboan Writers Festival sa Pampanga. Ang isinumite niya para sa antolohiyang ito ay ang kauna-unahang dagling nagawa niya sa Filipino at ninanais niyang hindi ito ang panghuli. Siya'y ipinanganak at lumaki sa Bohol.

PAULIT-ULIT

TRAFFIC NA NAMAN sa EDSA, isang kahabaan ng magkakamukhang sasakyan, alikabok, at niresikulong init ng ulo. Buti na lang alam ni Teteng ang mga pasikot-sikot ng mga eskinita. May GPS pang nakakabit sa dashboard ng taxi niya. "Turn right. In 15 meters turn left." Dati, ikaw ang kinakausap ng driver. Ngayon, isang aparatong mukhang gawa rin sa gumawa ng bagong iPhone 6S Plus ko. 64GB, Rose Gold. Bago at sosyal daw ito. Napakabagal ng usad, 5:55 na ng hapon. Mahirap talaga kapag galing pa ng Pasay. Sakto lang na may nabili akong dalawang malaking bag ng M&M's at heto't bitbit ko pa. Binuksan ko ang isa. "Yung may maraming red! Red, red, red!" parating paalala ni Bim-Bim, na kamakailan puro "oo" at "hindi" na lamang ang sinasabi. Nakarating kami sa isang kalyeng talagang pamilyar na animo'y walang paglisang naganap. Kaliwa, kaliwa, kanan, kaliwa ulit, diretso. Pero wala na ang sari-sari store ni Ann-Ann malapit sa sanglaan ni Aling Nene. Kanan, kanan, diretso, kaliwa. May haka-hakang nanalo sa lotto si Jun-Jun at may ilegal na negosyo sa Cebu kaya bihirang mahagilap sa bahay nila. Kanan, kanan, diretso, kaliwa. Ang laki na ng punong aratiles, lumagpas na ito sa basketbol ring na ipinatayo ng dating barangay kapitan na naging asawa ni Lotlot. Kaliwa, kaliwa. Narito na kami. Bumaba ako mula sa taxi at niyakap ng aking isipan ang mga minsa'y muntik nang hindi maalala. Habang inaabot ko ang bayad kay Teteng, may biglang gumapos sa likod ko. Napalingon ako't nabitawan ang hawak-hawak kong bag ng M&M's, mga iba't ibang kulay na sumambulat sa aking paanan: asul, berde, dilaw, brown, pula. Red, red, red. Sa sandaling iyon, narinig ko ang inaasam na tinig na hindi ko narinig sa matagal na panahon, isang nahihiyang pagbulong na pumantay pa rin sa sigaw ng pananabik, mga pantig na sana'y hindi makalimutan: Mama.

PAANO MAGLAKBAY PAPUNTANG KALAWAKAN AT IWASANG BUMALIK

IKINUWENTO NG KAIBIGAN kong si Marjune na mahirap daw maging kuntento kung mayroon namang mas mabuti, mas masaya, mas maganda, at kung ano-ano pang "mas", na kahit hindi pa nakakamit ay p'wede pa ring makamit. "Huwag ka ng pumunta," payo ko pa rin sa kaniya. Ibinaba niya ang pang-walong Pale Pilsen sa katabing monobloc at ibinahagi ang isang tagubilin na kailangan "isaksak sa kukote mong panis" bago bumagsak sa mga namumulaklak na santan sa likod niya: Kinakailangan ala-una impunto ng umaga ang pag-empake. Intindihin lamang ang destinasyon. Makisingit sa mga sasakyang-pangkalawakan ng US, Russia, o Tsina na parang nasa jeepney lang na dadaan sa Julia Vargas. Bawas-bawasan ang galak, panatilihin ang pagiging kalmado. Sanayin ang pag-usbong ng temperatura at yabong ng oxygen—ang mga ito'y nagpapahiwatig ng isang paglayo. Huwag pansinin ang ingay. Huwag ipikit ang mga mata, hayaang maging saksi ang mga ito sa pagbabago ng kabuuang espasyo at dimensyon: hardin, aklatan, soccer field, parking area, Megamall, simbahan, tala, pati siya, pati na rin silang lahat. Takpan ang bibig kung nais sumigaw upang hindi mapakawalan ang mga natutuhang salita at diyalekto. Siguraduhing sapat ang kaalaman ng kasaysayan hindi lamang para may maikuwento kaninoman pero para na rin sa sariling katinuan: Noon ganoon, ngayon ganito, balang araw malamang ganoon ulit. Kapag umuswag na sa katahimikan ng 'sandaigidig ang paglalakbay, p'wede nang ipikit ang mga mata at magpahayag ng dinarama. Gaya ng isang panalangin. Nakatutok lang ako kay Marjune habang isinasalaysay niya ang mga ito. Nang tumigil na siya at bumagsak nga sa lupa, gustong kong tumawa ngunit hindi ko magawa. Tiningnan ko ang relos ko. 12:10 ng umaga. Malapit na mag-ala una. Kailangan ko nang umalis.

MULA ENERO

AT HINDI NA nga siya nagparamdam, ni isang ring, beep, o notification. May terminolohiya sila nito ngayon: ghosting. Minsan tinatawag din itong slow fade. Mabagal na paglipas, makupad na pagkalabo. Pero hindi ko naiintindihan; wala namang marahan sa pangyayaring ito. Bigla nga siyang naglaho na parang ito ang pinakakaraniwang gawain ng isang edukadong tao. Napag-usapan na namin ito: 4 hours in advance siya sa Auckland kaya kailangan kong tanggapin ang mga tawag niya sa opisina kapag lunch break (oo, alas dos ng hapon ang lunch break ko), 5 hours in advance naman kapag Daylight Saving Time. Baka ito nga ang kailangan ko ngayon: Saving. Isang pagliligtas mula sa sunggab ng pagtatanong, sa mga panahong walang humpay na pagsulyap kay Kuya Skype at Ate Viber para sa katiting man lang na pagtingin, pero wala eh. Mula Enero, bokya. Magsisiyam na buwan na siya roon. Alam ko talaga, nakita ko kaya sa Facebook, lumabas siya kasama ng mga bago n'yang kaibigan na Kiwi. Kiwi, prutas lang? Minsan natatawa ako kung paano tayo minsan nakatali sa paghihintay, kung paano ang ating damdamin ay nasa kamay lamang ng mga linya, mga kawad, o mga tubo na nasa libu-libong milya ang lalim sa karagatan, ng mga numerong binary na nagbibigay depinisyon sa teknolohiya upang maintindihan ng ating limitadong karunungan. 1001001 1001101 1010011 1010101. Kung ganito man lang ang makabagong pagbitiw ngayon, sana'y hindi na lang ako natuto't nanatili sa kahapon.

JAN ERRON CELEBRADO

Nagtapos ng kursong Clinical Psychology sa Polytechnic University of the Philippines at kasalukuyang kumukuha ng MA in Women and Development sa UP Diliman.

GOOD SHOT

TATLONG BUWAN BAGO mag-Pasko.

May tatlong buwan pa siya upang kumbinsihin ang kaniyang amo na payagan siyang makauwi sa Pilipinas para makasama ang kaniyang pamilya sa nalalapit na selebrasyon.

Binuksan niya ang kalan at sinimulang lutuin ang paboritong putahe ng pinaglilingkuran n'yang pamilya dito sa Kuwait. Painit pa lang ang kaldero na kaniyang isinalang nang biglang may magsalita mula sa kaniyang likuran.

"Your ma'am and children are not here today. Come quick to my room. Very quick."

Mariin n'yang ipinikit ang kaniyang mga mata kasabay ang pamilyar na pag-agos ng kaniyang luha. Pinatay ang kalan at mabilis na umakyat sa kuwartong matagal niya nang isinusumpa. Kailangan n'yang magpa-good shot.

Limang minuto. Nakaraos ang demonyo.

Binalikan niya ang kaniyang niluluto.

Kasabay ng pagbukas niya ng kalan ay ang muli n'yang pagbuhay sa pag-asang makakauwi siya ng Pinas sa darating na Pasko.

Kailangan n'yang mapapayag ang halimaw na amo. Magpapa-good shot pa siya sa susunod na tatlong buwan.

PINAY NURSE?

BINUKSAN NIYA ANG kaniyang maleta at kumuha ng damit na isusuot ng araw na yaon. Umupo siya sa kaniyang kama at awtomatikong idinayal ang numero ng kaniyang magulang sa Pilipinas.

Tatlong ring. May sumagot sa kabilang linya.

"Inay, good news! May trabaho na po ako dito sa Canada," masigla n'yang bungad kasabay ang pangangatog ng kaniyang tuhod at kalamnan.

"Aba at mabuti naman, anak. Ano ba ang nakuha mong trabaho riyan?" tugon ng kaniyang ina.

"Nurse po. S'yempre 'yun po 'yung natapos ko d'yan sa Pinas."

"Naku, napakaswerte naman ng anak ko at magagamit pa ang pinag-aralan. Matutulungan mo na kami sa pagpapaaral sa mga kapatid mo," singit ng kaniyang ama nang marinig ang magandang balita.

Naputol ang linya. Ubos na ang kaniyang load pantawag. Sisikapin n'yang tumawag ulit sa susunod na araw.

Matamang pinagmasdan niya ang larawan ng kaniyang pamilya na kuha sa airport bago siya lumipad pa-Canada. Naaninag niya sa mga ngiti ng kaniyang magulang ang magandang bukas na naghihintay; taliwas sa nababanaag sa mukha niya na puro pag-aalinlangan at walang kasiguraduhan.

Bumaba siya ng hagdan upang simulan ang bago n'yang trabaho. Kailangan n'yang makaipon. Kailangan siya ng kaniyang pamilya. Kailangan n'yang makita ang magandang bukas.

Kinuha niya ang apron at niluto ang agahan ng pinaglilingkuran n'yang mag-anak. Naniniwala siyang maiintindihan siya ng mga naiwan niya sa Pinas. Marami pa siyang dapat tapusin sa kusina. Napakahirap maging yaya.

BAGAHE

BUMILIS ANG TIBOK ng kaniyang puso. Walang maliw ang pagtagaktak ng butil-butil na pawis sa kaniyang noo at leeg. Huminga siya nang malalim habang pinapanood ang kaniyang bagahe na ipinapasok sa scanner sa napakalawak na Jakarta International Airport.

Biglang sumagi sa kaniyang isipan ang eksena tatlong oras pa lamang ang nakararaan. Sakay ng tren patungong paliparan ng Indonesia, may lumapit sa kaniyang isang matandang babae na sa tantiya niya ay nasa 40-anyos. Nagpakilala itong isang Pilipina. Nakisuyo kung p'wede makisabay ng package. Balot na balot ang padala at may nakalagay na pangalan ng padadalhan sa ibabaw. Hindi siya nakatanggi dahil nagmamadali na siya at mahuhuli na sa kaniyang scheduled flight. Agad n'yang inilagay ang package sa kaniyang bagahe.

Kasabay ng mabilis na pagtibok ng kaniyang dibdib ay ang pag-alala niya sa balitang may isang Pilipina na nahaharap sa death row sa Indonesia dahil sa ilegal na droga. Ayaw n'yang mabitay.

Tumunog ang scanner sa pagdaan ng kaniyang bagahe. Bigla siyang napahagulgol nang anyayahan siya ng airport personnel sa custom's office. Hinalungkat ang kaniyang mga gamit.

Limang minuto siyang naghintay. Kapagdaka'y pinasakay na siya ng eroplano.

Wala sa sariling kinuha niya ang noo'y nakabulatlat na package na ipinakisuyo sa kaniya ng babae. Nagulat siya sa nakita. Puro tsokolate ang laman at isang kapirasong papel na itinupi ng pagkaliit-liit. Animo'y pilit itong isiniksik upang 'di makaragdag ng bigat sa padala at pagkasyahin lamang ang pitong salita.

Miss na miss ka na ni Mama. Muli, napahagulgol siya.

ANDREW CLETE

Nagtapos ng Batsilyer sa Sining/Batsilyer sa Edukasyong Sekondarya Medyor sa Literatura sa PNU. Naging aktor sa maraming palabas bago tuluyang nakapagluwal ng sariling dulang pinamagatang *Inlab(abo)* na itinanghal sa PNU, Cultural Center of the Philippines (Pasinaya), at sa piling eskwelahan sa Taguig, Paranaque at Makati. Pagkalipas ng isang taon ay nasundan din ito ng *Inlab(abo): Ang Ikalawang Pagtibok* na itinanghal din sa PNU, at piling eskwelahan sa Las Pinas. Nailathala na ang kaniyang mga akdang tula at maikling kuwento sa *Literary Folio* ng PNU dahil sa makailang ulit niyang pagkapanalo sa Genoveva Edroza Matute Awards. Naging fellow sa kategoryang Drama sa 13th Ateneo National Writers Workshop, at sa mga libreng oras ay luma-lovelife.

KOLORETE

"MA, PASENSIYA NA." Ang tanging nabigkas ni Julio para tapusin ang usapan nila ni Anna.

Hindi mawari ni Anna kung sasagutin niya ba ang tawag. Pumasok din sa isipan niya na nag-aksaya pa ito ng panahon at pera pang-load makatawag lang mula Pilipinas. Handa na ba siyang makipag-usap? Kung makikipag-usap siya, paano niya sisimulan ang usapan? Kung kumustahin siya, sasabihin ba niya ang totoo? Sasabihin din ba ni Julio ang katotohanan? Tila nag-uunahang mga sasakyang nagdudulot trapiko sa EDSA ang samu't saring katanungang kakambal ang init ng ulo, malabisyong polusyon, at naaaksayang panahon.

"Hello?" Isang malakas na sigaw ang maririnig mula kabilang linya, hindi ganoong kalakas na pagkasigaw pero sapat na para hindi marinig ang murahan na nanggagaling sa kabilang bahay at minsan ay mula kabilang barangay.

"Hello!" Sagot ni Anna sa sigaw ng kaniyang asawa, hindi ganoon kalakas ang tugtog sa loob ng kuwarto dahil naisarado naman nang maayos ang pinto, kaya't kung maririnig ang hiyawan at musika ay aakalaing normal lamang ito.

Naghihintay si Julio kung uunahan ba siyang magsalita ni Anna. Naghihintay si Anna kung uunahan ba siyang sumagot ni Julio. Tahimik ang dalawang panig ng iilang segundo upang maghintayan kung sino ang unang magsasalita, kung sino ang unang mangungumusta, at kung sino ang unang magpapaliwanag. Kabaligtaran ng pangkaraniwan kung saan may kompetisyon ang bintangan, ang murahan, ang sakitan, ang sunggaban, at harutan.

"Aahh." Magkasabay nilang binanggit ang mga katagang magdadagdag palaisipan kung sino ba talaga dapat ang mauna—isama na natin ang buntong-hininga. Ang barung-barong na isipang pinamamahayan ng korapsyon ng republika sa linya ni Julio ay nakapagdulot ng pighati sa milya-milyang kinaroroonan ng pagnanais ni Anna na iangat sa kahirapan ang pamilya.

"Bakit?" Sa konteksto ng tanong ay nangangapa ng maaaring maging aksyon si Julio.

"Ano?" Sa konteksto ng sagot na tila isa ring tanong ay nanghihingi si Anna ng kasagutan.

"Oy! Kakain na!" Kalabit ng kumare kay Julio habang nagyayakag papunta sa lamesa.

"Ma, pasensiya na." Ang tanging nabigkas ni Julio para tapusin ang usapan nila ni Anna.

Ibinaba ni Anna ang telepono. Kinuha ang make up kit upang patungan ang kanina pang kolorete sa mukha, isang paghahanda para sa susunod na palabas mamaya.

Ibinaba ni Julio ang telepono. Katulad ng nakasanayan, naghugas siya ng kamay at nagdasal bago kumain.

PADALA

BUONG PUSONG SINALUBONG nina Kuya, Ate, Bunso, at Tatay ang kahon-kahong padala ni Anna.

Patong-patong na kwadradong kahong umaapaw sa isang taong dugo, pawis at pakikisama ni Nanay bilang isang kasambahay malayo sa sinilangang bayan. Inipon nang buong pagmamahal sa pamilya para matustusan ang huling taon bago ang graduation ni Kuya, ang nalalapit na pagkokolehiyo ni Ate, ang paglaki ni Bunso, at ang walang trabahong si Tatay—kasama na ang pag-iinom, pambababae, at panggagalugad sa iba pang bisyo.

Isang iPhone 6 kay kuya, 4s lang sana pero pinilit ng budget dahil bagong graduate. Kay ate naman ang pink na Polaroid, merong limang Instax—lima lang muna ang kaya. Sapat na kay Bunso ang robot na Transformers na may pahabol pang samu't saring makukulay na tsokolate—maliliit para magmukhang marami. Pinauwian din ang mga kamag-anak ng maraming keychain, sabit-sabit na leon sa kaniyang walang katapusang pagbuga ng tubig.

Kay Julio ang huling bagahe na mahigpit na ibinalot ng duct tape, madikit at paulit-ulit na ipinaikot para maibalot ang sorpresa at hiwaga. Hapit na hapit at galit na galit ang yapos ng tape sa pumuputok na kahong nagngangalit sumabog. Hirap na hirap ang tatay sa pagbukas ng padala ni Nanay, tagaktak ang pawis at naghahari ang inis sa hindi mabuksang bagahe, sabik na sabik pa naman ang mga namumula niyang mata masilayan lang ang padala. Subalit balot na balot ang kahong naghihimutok, pinipigil ang pagputok.

Hindi na hinintay ng tatlo ang laman ng padala, nagpaalam na rin sila dahil ang bilin ni Lolo ay huwag silang magpapa-abot ng dilim sa kalsada.

PANTY

NATAPOS ANG PALABAS sa isang malakas na hiyawan ng mga kalalakihang tila guhit lang ang mga mata.

Hindi magkamayaw ang palakpakan matapos masilayan ang iisang guhit na kanilang sinamba matapos nitong magpagiling-giling at magpaikot-ikot—paulit-ulit silang parang mga debotong nangangatyaw para magpatuloy ang palabas, subalit hanggang doon na lamang ang oras ni Anna. Kaya naman ay isa-isa n'yang dinampot ang isa-isa din n'yang hinubong saplot mula kanina:

1. Pinakamalapit sa kaniyang kinatatayuan ang pink n'yang pek-pek shorts, unti-unti niya itong tinanggal kanina habang nakatayo sa lamesa;

2. Magkasama naman n'yang dinampot ang isang blouse na may spaghetti strap at medyo maluwang na crop-top, na una n'yang hinubad pagkapasok pa lamang ng eksena—mahuhuli dapat ang blouse na may spaghetti strap pero sumama sa crop-top kaya't napilitan na lang na isabay na;

3. Mamahaling pony-tail na hindi naman maintindihan ang pagkakaiba sa mga binibenta sa bangketa sa Pilipinas. Pagkatapos tanggalin ay hinawi ang buhok at ipinaikot-ikot ang ulo hanggang sa mahawi sa kanang bahagi ng ulunan ang karamihan sa kaniyang buhok;

4. Isang pares ng rubber shoes na kulay neon pink, dahil medyo sporty ang costume ay nagmistulang volleyball player na ibang bola ang tinitira;

5. Medyas na kulay itim, hindi naman ganoon kabaho dahil pinabanguhan at pinaghandaan. Minsan lang din magamit sa mga ganitong espesyal na imbitasyon.

Marahan siyang tumakbo papasok sa kuwarto kung saan nakaabang sa kaniya ang isang sobreng naglalaman ng kabayaran. Hindi pa siya nakakabihis pero binuksan niya ito at binilang—para kay kay Kuya, kay Ate, at kay Bunso.. Pagkatapos ay agad-agad din siyang nagbihis para umuwi sa kaniyang amo. Tumunog ang kayang telepono, isang tawag mula Pilipinas, mula kay Julio.

Nakalimutan niya palang pulutin ang kaniyang panty mula kanina, hanggang sa naalala n'yang nandoon pa ito sa Pilipinas—nakasampay, naghihintay hanguin.

MAR ANTHONY SIMON DELA CRUZ

Nagtapos ng BA Aralin sa Sining at MA Filipino: Malikhaing Pagsulat sa UP Diliman. Tinatapos niya ngayon ang kaniyang Ph.D. sa Filipino: Pagsasalin sa nasabing unibersidad. Resident fellow siya sa Center for Creative Writing and Literary Studies ng UST kung saan kasalukuyan din siyang nagtuturo ng Filipino. Nakapaglathala na siya ng dalawang koleksiyon ng maikling kuwento, ang *Pasakalye* (Ateneo Institute of Literary Arts and Practices, 2010) at *Isang Gabi sa Quezon Avenue at Iba pang Kuwento* (UP Press, 2015). Nagtamo siya ng karangalan sa 2012 Carlos Palanca Memorial Awards for Literature para sa maikling kuwento.

INTERBYU SA NANAY KONG EX-OFW:
SA TAINAN CITY (1996-1997)

MA, ILANG TAON na nga ako no'ng nag-Taiwan ka?

Second year high school ka yata no'n. Manipud July 1996 inggana July 1997.

Ginulat mo kami no'n. Akala ko, bibisitahin mo lang ako sa Manila, 'yon pala, magta-Taiwan ka na.

Hahaha! Oo. Si Papa mo, lasing pa nga no'ng ihatid ako sa terminal ng bus. Agsangsangit. Ayaw akong paalisin.

Hahaha! Umiyak s'ya? Ikaw kasi, 'di ka man lang nagsabing mag-a-abroad ka pala. Saan ka na nga no'n?

Idiay Tainan City. Ayoko ro'n.

'Di ba, sabi ng magaling mong recruiter, sa isang pamilya ka lang magtatrabaho?

Ay na, nagadu da. Pami-pamilya. Nakatira pa do'n 'yong asawa ng asawa ng isa.

Wait lang. Asawa ng asawa ng isa?

Kabit.

Kabit?

Mabalin adiay. Meron pa ngang isa, asawa ang kapatid niya.

Asawa ang kapatid?

Hahaha! Oo, nag-aasawahan sila.

'Ba 'yan. Game of Thrones?

Ano?

Wala. Masungit sila?

Nagtangsit da, a. Lalo na 'yong lola. No'ng una, do'n ako pinatutulog sa stock room. Ang dumi. Buti na lang at napakiusapan ko 'yong anak niya na do'n na lang ako matulog sa k'warto ng isa sa mga apong inaalagaan ko. 'Yon na nga, gigisingin ako ng lola ng madaling-araw para maglinis. Minsan, alas tres. Minsan, alas k'watro. Diyos ko, apat na floors ang tinatrabaho ko. Sinisigawan pa ako, a. Nagimas nga pungutin. Tapos 'yong isang lalaking apo, three years old, iniihian at binabasa 'yong nalinis ko na.

Maldito. Kung ako ikaw, iwawasiwas ko 'yan.

Sabi ng lola, 'pag paliliguan daw ang mga apo n'ya, 'wag babasain ang mata. Ayun, minsan, sa sobrang inis ko, wala akong pakialam kung mabasa ang mata ng maldito. Agsangit ken agipulong kin lola na. S'yempre, pagagalitan ako.

Ano ba'ng trabaho ng mga 'yon?

Adda tourist bus business da. Minsan, may inuuwing banye-banyerang isda. Nagyeyelo. Ilang linggo yata nilang suplay. Tapos, gigisingin ako para linisin. Sa'n ka naman nakakita ng katulong na ginigising sa madaling-araw para magkaliskis at maglinis ng isda. Kutsara pay iti gamit ko, a.

Kutsara?

Pantanggal ng yelo.

So, 'yan din ang pinapakain sa 'yo? 'Di ba, sabi mo dati, diring-diri ka sa pagkain nila?

Ewan ko ba, ang hilig nila sa mga pakulo-pakulo. Naglansa. Haanak makapangan unay. Tapos, ang iaalok pa nila sa akin, 'yong tira-tira nila. Kunak ngarud: We, in the Philippines, we do not eat leftover. Mantakin mo, ipapakain sa akin 'yong sabaw na pinagkawkawan nila. Halo-halo ang laway. Kaya ang ginagawa ko, 'pag nagluluto ako, nagtatabi ako ng kanin at konting ulam. Minsan, kinukuha ko ang mantika-baboy. Ayaw kasi nila 'yon. 'Yon ang pinang-uulam ko. No'ng first three months nga, halos hindi ako pinapakain, e.

Ano'ng ginawa mo?

Ano ka, e, 'di 'pag nagigising ako, kumakain ako ng ubas sa ref. Iniinom ko rin 'yong parang Yakult nila. 'Tsaka pinapapak ko 'yong Klim nila. Akala nila.

'Di ka naman nahuli?

Magpapahuli ba 'ko? Hahaha!

Tawa ka r'yan. Pasalamat ka, 'di ka nahuli.

Ang saya ko, a, no'ng nalaman kong may malapit na tindahan. Do'n na ako bumibili ng noodles na kakainin ko. 'Tsaka may Coke in can.

Sabi na, e. Adik ka talaga sa Coke. As in, sariling gastos?

'Buti na lang at mabait ang mag-asawang kapitbahay. Napansin nilang ang laki ng ipinayat ko, kaya sinusuputan nila ako ng ulam paminsan-minsan.

Wala kang kasamang Pinoy o Pinay do'n?

Awan. Agmaymaysaak lang.

A, so, ano'ng nagustuhan mo no'ng nagtrabaho ka sa Taiwan?

'Yong pag-uwi ko sa Pilipinas.

INTERBYU SA NANAY KONG EX-OFW: SA TEL AVIV (2004-2006)

MA, KUNG PAPIPILIIN ka, Taiwan o Israel?

Israel, a. Wala namang magandang nangyari sa'kin sa Taiwan.

Pero, 'di ba, laging may sumasabog na bomba sa Tel Aviv?

Wen, ngem mas nasayaatak idiay Israel.

Sabagay, kasama mo naman sina Ma'am Reyes.

Ay, oo, mga cowboy kami do'n.

Hahaha! At sabay-sabay talaga kayong nag-resign sa pagtuturo para mag-domestic helper, 'no?

Anya ngarud ngay.

Lakwatsera.

Hahaha! Siak pay.

Sa'n na nga kayo no'n sa Tel Aviv?

Sa Ramat Gan. Pero sa, ano, ang flat namin. Sa ano, sa—

Saan?

Ravaad yata. Ravad? 'Di ko na maalala. Kasama ko sina Ma'am Reyes mo. Basta, asideg idiay simbaan iti Jewish.

Synagogue?

A, 'yon yata. Naririnig pa nga namin ang dasal nila 'pag madaling-araw.

Okey ka naman do'n?

Marami akong nililinisang bahay, pero hawak ko'ng oras ko.

Freelancer.

Awa ng Diyos, mababait naman mga amo ko. Galante at andaming pa-take home. 'Yong ilang pinapadala ko sa inyo no'n, galing sa kanila'ng mga 'yon.

Tapos, sabi mo dati, nagbebenta ka rin ng DVD.

Idiay Neve Sha'anan. Parang shopping district nila.

Raketera ka talaga.

Isu pay nga extra income.

Nakabenta ka naman?

Alam mo naman ako. Nu haan nga teacher wenno domestic helper, saleslady. Hahaha!

Tawa ka r'yan. E, 'di ba nga, muntik na kayong mabomba no'n?

Ay, grabe 'yon. Malapit sa p'westo namin 'yong sumabog. Kakain sana kami ng shawarma do'n, buti na lang at hinintay pa namin 'yong kasama namin. (Noong Abril 17, 2006, isang Palestinong suicide bomber ang nagpasabog ng bomba sa isang restawran na ikinamatay ng 9 na tao at ikinasugat ng higit 60 na tao. Ayon sa Hamas, lehitimong aksyon ito laban sa sinasabi nilang agresyon ng Israel)

Nakita mo'ng mga patay?

Pinuntahan namin. Makabutbuteng.

Usisera ka talaga. Natatakot ka na nga, nagpunta ka pa ro'n.

Ay, magulo talaga no'n sa Tel Aviv.

O, bakit hindi ka pa umuwi no'n?

E, 'di naman kami nabomba.

Pinapauwi ka na kaya namin no'n nila Papa.

'Tsaka 'di ba nga, tinatapos ko pa 'yong caregiving course ko ro'n.

Na sinekreto mo na naman sa amin kaya nagulat na lang kami nang sabihin mong nasa London ka na.

Hahaha!

INTERBYU SA NANAY KONG EX-OFW: SA LONDON (2006-2011)

KINGS LODGE NURSING Home, Kings Cross Lane, South Nutfield, Surrey, RH1 5PA.

Wow, kabisado mo pa.

Wen, a. Adidiayak manipud May 31, 2006 inggana February 28, 2011.

'Yon ang pinakaokey, 'no?

Kumpara sa Taiwan at Israel? Wen met, a. Masaya. Marami akong kasamang Pinoy.

Sosyal ang tirahan mo.

Walang pang bombahan, 'kamo, a.

Patsaa-tsaa ka na lang.

Ay, na-miss ko tuloy si Anna Caplin, si James, ano, a, nakalimutan ko na. Mababait ang mga 'yon. Ako'ng gusto nilang nag-aalaga sa kanila. Marinig lang nila ang boses ko, tinatawag na nila ako. Zaida, Zaida, kunada.

Ayaw nila sa ibang caregiver?

Madi da kayat. Masusungit daw kasi at laging nagdadabog. Agpayso met.

Kaya mas gusto nila'ng mga Pilipino. Mas mababait daw kasi at talagang mapag-alaga. Hindi nagrereklamo.

Kahit na sigaw-sigawan kayo?

Talagang gano'n. Trabaho ngarud.

Weh, ikaw nga, lagi kang nagdadabog 'pag ikaw ang naghuhugas ng pinagkainan. Hahaha!

Apay, trabahok ata? Sikayo iti nangan, sikayo iti aginnaw. Kasdiay.

Hahaha! Ulirang ina ka talaga.

May ilan lang talagang masusungit. Adda maysa, tinupraan na iti rupak. Kunana: Go home to the Philippines, you, stupid monkey!

Ano'ng sabi mo?

Ukinnam. I'm not stupid and I'm not a monkey, Sir.

Dapat sinabi mong: I care about my job, Sir. I care about you. I don't deserve to be treated this way. Hahaha!

Ha?

Wala.

Tapos may isa pang matanda, masungit 'yon, sigaw nang sigaw, ang baho raw ng hininga ng isa pang caregiver. Sa inis ng kasama ko, Hungarian, hiningahan niya'ng ilong ng matanda. E, 'di lalo s'yang nagwala. Hahaha! Si Kevin, mabait naman, pero nilalamutak n'ya'ng tae n'ya tapos ipupunas sa amin. Kaya 'pag tumatae s'ya, iba ang pinapapunta ko para maglinis. Agkabaw da lang. Sasakit lang ang ulo mo 'pag pinatulan mo sila.

E, na-miss mo naman ba kami no'n?

Wen met, a.

Wooooo! Kunwari. Hahaha! Kung alam mo lang, si Papa, laging nag-aabang sa YM chat n'yo. Laging nagwo-worry 'yon sa 'yo.

S'yempre na-miss ko kayo, a.

O, ano, may balak ka pang mangibang-bansa?

Mag-ipon ka, ipasyal mo 'ko.

ARMANDO DE LEON JR.

Nagtapos ng Malikhaing Pagsulat at kasalukuyan siyang naglalayag sa pagitan ng pagkamulat at pagkawasak.

LIBERTY

SABADO. DAY-OFF KO sa pagiging caregiver.

Ito ang araw na pinakahihintay ko, bumiyahe ako para makita lamang ang Statue of Liberty, kahit 'di malapitan. At least, makakapagpa-picture man lang ako kahit maliit lang siya sa likod ko.

Bumaba ako ng tren at pumunta sa lugar kung saan tanaw ko ang Liberty. Nagsuot ako ng magandang damit para maganda ang maging picture. Tumalikod ako sa Liberty at itinaas ko ang kaliwang kamay, hawak ang digicam.

1 2 3 Smile.

FLASH

Biglang tumunog ang cellphone ko: Sinagot ko at puro "Hurry Up!" lang ang sinasabi. Nagmamadali tuloy akong umalis at sumakay muli ng tren. Sa loob, tiningnan ko ang picture ko kasama ang Liberty.

BLURRED

TRICK AT TREAT

HATINGGABI, KAKULAY NG damit ko ang buong paligid ng Texas.

Kasama ko ang dalawang batang inaalagaan ko, sina Charlotte at Madeline. Halos pare-pareho kami ng hitsura. Pinagsuot ako ng itim na blusa at mineyk-apan ng maputing-maputi at initiman ang labi ko. Nilagyan ng patusok na sumbrero ang ulo ko at pinaghawak ako ng walis.

Tatlong bahay na ang aming napuntahan kaya marami-rami na rin ang mga kendi at tsokolate ang nasa loob ng kalabasang hawak ko. Ngayon lang ako nakaranas ng ganito, ang bigyan ng ibang tao ng tsokolate dahil sa natakot sila sa hitsura ko.

Mas nakakatakot mas maganda, mas totoo mas katatakutan.

Nalibot na namin ang buong village kaya maraming tsokolate ang naipon ng dalawa, katulad ko. Pagdating sa bahay agad akong pumasok sa kuwarto at iniuho sa kama ang laman ng kalabasa. Kinain ko ang isa.

Matamis. Masarap.

Binilang ko ang iba, ibinalot sa tuwalya saka inilagay sa loob ng balikbayan box.

Matamis na tsokolate para kina Tessa at Terry.

YAKAP

GABI.

Nakahiga kong minamasdan ang parisukat na langit sa aking kuwarto. Tila nagiging isang telebisyon ito kung saan nakikita ko ang ginagawa ng aking pamilya sa Pilipinas. Hanggang sa umihip ang malamig na simoy ng hangin, hudyat na malapit na ang panahon ng snow sa London. Lumamig ang pakiramdam ko kaya niyakap ko na lamang ang isa pang unan sa kama. At saka kinuha ang picture frame ng aking pamilya.

Umuulan na ng snow sa labas habang naglalandas ang luha sa aking mukha.

CHINA DE VERA

Nagtatangkang manunulat, storyteller at dating guro. Naging fellow sa Palihang Rogelio Sicat at Cordillera Creative Writing Workshop. Ang mga akda niya ay makikita sa *{M} aganda Magazine, TAYO Literary Magazine, High Chair, Eastlit Online Journal, Bukambibig Poetry Folio of Spoken Word* at *Ani*. Mayroon siyang experimental at collaborative zines. Dating miyembro ng UP Ugnayan ng Manunulat. Kasapi ng Sining Supling. Sinisikap tapusin ang MA Araling Pilipino sa UP. Umiinom ng kape at tsaa. Sa kanyang tingi-tinging libreng oras, kalaro ang pamangking si Pachochoy.

BAGAHE

DITO MATATAPOS ANG isang buwang bisita, pinapanood kita kung paano mo inilalabas ang bote ng minatamis na garbanzos sa mamahaling de gulong na bag habang bumubulong-bulong nang panghihinayang sa kung gaano sana magugustuhan ng mga housemates at katrabaho sa Melbourne ang naunsyaming pasalubong. Bigla, magkakasunod na buntong hininga ang sagot mo sa tanong na, ano na ang susunod na game plan natin? Basag na tawa na lang ang isinunod para maputol ang nakakailang na patlang. Sinundan nang biglang tanong kung plano kong panoorin ang *Before Midnight* sa susunod na linggo, sana nga sabay nating mapanood pero aalis ka na bago pa mag-showing sa Pilipinas. Napaturo ka sa nanahimik kong poster ng *Before Sunrise*. Ipinaalala kung paano natin pinanood ang pelikula sa apartment ko, pinilit pa ang blockmate na pahiramin tayo n'ung bago n'yang VCD. Pinagpalit mo ang math class para sa pelikula kaya n'ung nakasalubong natin 'yung prof, yukong-yuko ka habang may tangka pang takpan ang mukha nang bag. Habang bigay na bigay sa pagkukuwento, halos isang linya na lang ang mata mo sa katatawa. May gaan ang halakhak ngayon kumpara kanina. Habang parang nakaturnilyo ako sa pagkakaupo sa kama mo, hinihintay kong maalala mong p'wede namang i-check-in ang bote ng garbanzos.

EMAIL

TAON 'TO NA lalong lumalim ang katahimikan. Poetic line 'no? Gagamitin ko 'yan sa thesis ko pero mukhang hanggang isang linya pa lang ang kayang maisulat. Buti ka pa, natapos mo agad thesis mo. Ilang linggong walang tulugan para makaabot sa presentation at sa flight booking ng tatay mo. Ano kayang mangyayari kung 'di ka nakaabot sa presentation? Baka naabutan mo 'tong Code Preemptive Rule, napa-underground ka siguro at 'di na nakatapos ng thesis. Mas gitgitan dito ngayon, mala-Martial Law nga raw. 'Yung mga dating maiingay, tumahimik. Either talagang tumodo na sa pagkilos o tumiklop dahil takot na makulong at maubusan ng dugo. Ngayon mo lang narinig na ginamit 'yan dito sa atin 'no? Torture technique, unti-unting uubusin ang dugo hanggang sa bumigay ang katawan. May ipaiinom sa'yo tapos sisirit na lang sa mata, tenga, ilong, at kahit sa pores mo yata 'yung dugo. Intense na nga. Diyan ba nakakilos ka ulit? May active migrant movement d'yan 'di ba? Ano, nakapagtayo ka na ba ng chapter sa fast food chain at grocery na pinagtatrabahuhan mo? Sabi mo sa last email, napapatulala ka na bigla. Ang bagsik na lungkot naman yan, kinakain ang laman at buto mo hanggang sa pakiramdam mo kalansay kang nagsi-serve ng Tacos at nag-aayos ng de lata. Basahin mo ulit si Carlos Bulosan, paborito mo siya 'di ba?

Teka, ito sure akong nabalitaan mo kasi alam kong may pledge ka, nagpadala ka ng dolyar para maipalibing si N. Sana nakapag-live streaming kami n'ung parangal sa kaniya para narinig mo 'yung mga katutubong na-organize niya. Matindi. Ito isa pang matindi, umalis na si Cris pagkamatay ni N at mukhang sa susunod na taon pa siya makakabisita kung lalamig dito. D'yan ba malamig na? November na, siguradong nginig ka na naman.

Ikaw ba, kailan ka makakabisita? Reunion naman tayo.

WYNCLEF ENERIO

Ipinanganak sa buwan at araw kung kailan ipinanganak si Bruce Lee, ngunit magkaiba nga lang sila ng taon. Siya ay isang kabataang nangangarap na maging manunulat at bokalista ng isang banda. Nais niyang mabasa ng marami, at makakanta sa harap ng maraming tao na sumasabay sa pag-awit niya. Kasalukuyan siyang nag-aaral sa Adamson University ng kursong Electronics and Communication Engineering.

HALIK

"PA, KAILAN KA babalik?" Tanong sa kaniya ng anak n'yang lalaki. Naka-uniporme pa ito mula sa pinapasukang public elementary school. "Balik ka po agad ha."

"Oo naman," sabi ng ama. "Pupunta tayo ng Boracay pag-uwi ko!"

"Yeheeeey!" Sigaw ng anak niya.

"Mag-iingat ka ro'n, ha?" sabi ng asawa niya. "I-text mo ko pagkadating mo sa airport."

Hinalikan niya sa labi ang asawa. Inipit niya ang patilya nito sa tenga't tinitigan ang mukha. Kumikislap ang mga mata nito. Nakayakap lang ang anak niya sa beywang ng kaniyang asawa.

"Syempre naman, mahal," sabi niya.

"Pasabi na lang din kay Junjun na thank you para sa paghatid sa'yo sa airport," inabot nito ang hawakan ng maleta sa kaniya. "Paalam ka na sa papa mo."

"Babay Papa!" Sabay kaway ng anak niya.

Naglakad siya palayo sa kaniyang pamilya, hindi siya lumingon. Pinupunasan niya ang luhang tumatakas sa mata n'yang nagpipigil sa pag-agos nito. Sa kanto ng kanilang lugar, may naghihintay sa kaniyang Honda Civic na itim.

Nilagay niya sa compartment ang bagahe't sumakay siya katabi si Junjun.

"Ang tagal mo naman," sabi ni Junjun. Hawak nito ang ticket niya. Inabot 'to sa kaniya.

"Pasensya na," kinuha niya ang ticket. "Salamat."

"Mag-iingat ka ro'n ha?" sabi ni Junjun.

Tinitigan niya ito sa mukha. Hinawakan niya ang kamay ni Junjun na nasa kambyo, madiin. Sabay halik sa labi.

"S'yempre naman, mahal."

Umandar ang kotse.

SHE'S YOUR WIFE!

BABE W8 LNG ha.

Bakit? Reply ko. Madilim na sa paligid ni Amanda. Liwanag na lang sa laptop niya ang pinanggagalingan ng ilaw.

May gagawin lang. Reply niya. Hindi na siya gumagalaw. Hindi na gumagalaw ang video sa screen. Tumigil ang paggalaw niya habang nakatingin siya sa keyboard. Wala na 'kong naririnig sa kabilang linya.

Babe? Reply ko. Pinaulit-ulit kong i-send ang salitang 'yan pero hindi na siya sumagot. Binaba ko ang video call. Tumawag ako ulit pero hindi niya sinasagot. Online pa naman siya sa Skype. Hindi pa niya pinapatay ang laptop. Tumawag ako nang tumawag pero hindi niya pa rin sinasagot. Pina-restart ko ang computer sa nagbabantay ng computer shop. Tumawag ako ulit.

Bigla siyang tumawag sa cellphone ko.

"Bakit 'di mo sinasagot 'yung tawag ko?" Bungad ko. Nakadiin ang cellphone sa tenga ko habang nagmumurahan ang mga batang katabi kong naglalaro ng Counter Strike. Binaba niya ang tawag. Online pa rin siya sa Skype kaya't tumawag ako ulit. Sinagot niya ito. Pero wala siyang video.

Bakit walang video? Pagka-type ko, biglang bumukas ang video niya. Maliwanag na ang paligid, pero Arabong kalbo ang bumungad sa monitor.

I knew it. She's your wife. She's cheating on me! Reply ng Arabo sa'kin. Tumayo siya't nawala sa video. Pagkabalik niya'y hawak-hawak niya sa buhok si Amanda. Sinasabunutan niya 'to. Kita ko sa mukha ni Amanda ang sakit ng pagkakasabunot sa kaniya ng Arabo. Kahit wala 'kong maririnig, pakiramdam ko'y ang mga sigawan na naririnig ko sa computer shop ay napalitan ng sigaw ng aking asawa.

tanginamoooooooo!!!!!

Reply ko. 'Tang ina kasi, walang microphone sa computer shop na 'to. Hindi ko masigawan ang punyetang Arabong 'to. Nanginginig ang daliri ko sa pagta-type. Nilapit niya sa tapat ng camera ang mukha ni Amanda. Umiiyak at nakatingin sa'kin habang tumatawa ang Arabo. Nilayo niya ulit si Amanda't inuntog sa puting pader sa likod nila. Nanginginig ako. Dumadaloy ang butil-butil ng malalamig na pawis sa noo ko. Madiin ang kagat sa labi't madiin na nakakuyom ang mga kamao ko.

Nilapit ng Arabo ang duguang mukha ni Amanda sa laptop. Nakatingin si Amanda sa'kin. Hindi ko na malaman kung alin ang luha't dugo sa mukha niya. Nakatingin siya sa akin. Sa mahal n'yang walang magawa kundi panoorin siya.

"Putang ina!" Sigaw ko sa computer shop nang biglang n'yang hinampas ang ulo ni Amanda sa keyboard ng laptop.

Tumalsik ang dugo niya sa video kasabay ng pagputol ng tawag ni Amanda sa akin.

OVERSEAS CALL

"NAY," BULONG KO sa cellphone. "Kumusta na kayo riyan?"

"Miss ka na namin, Jen." Sabi ni Ina. Nanginginig ang boses.

"Miss ko na rin kayo, Inay," sagot ko. Kinakagat ko ang labi ko para hindi tuluyang kumawala ang luha sa nakapikit kong mga mata. "Nakakakain ba kayo ng tatlong beses sa isang araw? Mga anak ko? Nakakapasok ba?"

"Huwag kang mag-alala sa kanila, 'Nak," sabi nya. "Ako n'ang bahala sa kanila."

Katahimikan ang sumagot sa aming dalawa ng ina ko. Nakasandal ako sa pinto ng banyo. Sabay kong pinakikinggan ang paghinga ni Ina sa kabilang linya pati ang mga tunog sa labas ng banyo. Hindi niya ako p'wedeng marinig. Ayoko nang magkaroon ng black eye ang isa ko pang mata. Nananakit pa rin likod ko matapos hampasin ng baseball bat ng amo ko dahil hindi ko natimpla nang maayos ang kape niya. Kung p'wede lang tumakbo pauwi sa bahay namin sa probinsya, ginawa ko na. Gusto ko nang umuwi. Gusto ko nang yakapin ang mga anak ko. Si inay.

"I love you, 'Nay."

"I love you—" nabitawan ko ang cellphone nang may biglang sumipa sa pinto. Tumalsik ako sa kaharap kong malamig na pader ng banyo.

"What are you doing? Huh?" sabi niya. "You will call the police?"

"No sir, I just wanna—" hindi ako pinatapos magsalita ng kamao n'yang tumama sa panga ko. Ramdam ko ang tigas ng sahig sa pagbagsak ng ulo ko.

"No one will save you, dear," sagot niya kasabay ng halakhak ng demonyo. "You're in hell, bitch."

Sinipa niya ang mukha ko. Paulit-ulit. Kita ko ang cellphone ko sa tabi ko, naririnig ko si Inay.

"Berting! Lasing ka na naman! Ano ka ba? Huwag kang maingay! Natutulog na ang mga bata! Berting! Bitawan mo 'yang itak! Berting! Huwag! Hu—"

EUGENE EVASCO

Manunulat, mananaliksik, editor, tagasalin, at kolektor ng mga aklat pambata. Kasalukuyan siyang Propesor ng panitikan at malikhaing pagsulat sa Departamento ng Filipino at Panitikan ng Pilipinas, UP Kolehiyo ng Arte at Literatura. May lingguhan siyang kolum, ang "Buklat/Mulat" sa magasing *Liwayway*. Ilan sa mga aklat niya ang *Mga Pilat sa Pilak: Mga Personal na Sanaysay* (UST Publishing House), *May Tiyanak sa Loob ng Aking Bag: Mga Tulang Pambata* (Anvil), *Ang Singsing-Pari sa Pisara* (Lampara), *Ang Nag-iisa at Natatanging si Onyok* (Lampara) at ang salin ng *Charlotte's Web* (Lampara) ni E.B. White at *The Secret* (Anvil) ni Lin-Acacio Flores. Nasimulan na rin niya ang serye ng mga aklat na *Mga Aral nina Pagong at Matsing* ng Lampara Books. Nagwagi siya noong 2014 ng UP Gawad sa Natatanging Publikasyon sa Filipino (Kategorya ng Malikhaing Pagsulat). Naging bahagi siya sa Hall of Fame ng Carlos Palanca Award for Literature noong 2009, dalawang ulit nagwagi ng Grand Prize sa Philippine Board on Books for Young People (PBBY), Makata ng Taon 2000, National Children's Book Award, at saka National Book Award para sa Young Adult Literature. Kasakuluyan siyang Associate ng UP Institute of Creative Writing. Naging Visiting Professor siya sa University of Nice–Sophia Antipolis (France) noong 2009 at naging Research Fellow noong 2016 sa International Youth Library sa Munich, Germany upang simulan ang pagsusuri sa mga aklat pambata na may temang LGBT.

RAKET

"KABAYAN!" SIGAW n'yang parang nanalo sa bingo. Nagkita kami sa isang Chinese fastfood sa pinaka-plaza ng Nice. Ipinagpatuloy namin ang huntahan, tila nagkitang magkaibigan, sa Massena habang nagsasanib ang Dagat Mediterranean at ang anghit ng mga Pranses sa pagtatapos ng kanilang tag-araw. Itinuro niya sa akin kung saan ang talipapa, murang grocery, at rotisserie na parang Andok's.

"Saan ba ang raket mo?" tanong niya.

"Nag-aaral ako rito. Scholar ng Erasmus Mundus."

"Nag-aaral ka rito? 'Di ka nga marunong mag-French." Ipinagmalaki n'yang fluent na siya sa loob ng isang dekadang paglilinis ng mga yate sa Cannes. Alam kong baliko ang Pranses niya at malakas ang puntong Ilokano.

"Magsimba ka sa Sainte-Reparate. Maraming Pinoy doon. Hahanapan ka nila ng raket."

Isang Linggo, sa tulong ng mapa, nahanap ko rin ang lumang simbahan. Hindi naman raket ang hanap ko. Gusto ko lang magtanong kung saan makabibili ng toyo, suka, laurel, at bigas sa Cote d'Azur. Gusto kong mag-adobo at magsaing. Sawa na ako sa matigas nilang tinapay.

"Psst!" bati sa akin ng nasa likod na manang na day-off na day-off ang suot pero naka-Prada. Matalim ang titig niya sa aking pekeng LV na nabili ko sa bangketa sa Ventimiglia.

Lumapit ako kay manang habang nagsisimula ang misa.

"Ikaw ang kilala ni Marlon, 'no?"

Nag-atubili akong ngumiti.

"Marami akong raket sa iyo."

"Tutor po ba?" pagtataka ko. "Puwede rin ako sa clerical jobs."

"Raket nga e. Maglilinis. Ang daming mansiyong lilinisin sa Monaco. Para naman may maipadala ka sa inyo."

Napatitig ako sa retablo.

"Ano, kelan ka magsisimula? Akin na ang number mo," pangungulit niya.

Binati ng pari ang mga dumalo sa misa. Napalinga ako sa mga antigong santo at nagtaka kung naiintindihan pa nila ang panalangin kong Tagalog.

REQUEST

"BUMALIK KA DITO bukas," nakangiti n'yang sabi,"ipagluluto kita ng request mo." Hindi ko batid kung ang ngiting iyon ay dahil sa iniwan kong tip o ang pagkakataong mailuluto ang kaniyang specialty na wala sa menu.

"Susubukan ko po," sagot kong nagmamadali patungong Barceloneta. "Hapon pa naman ang flight ko bukas pauwi."

Nakakailang linggo na ako sa España. Natunton ko ang mga lugar na napuntahan ni Rizal. Gamit kong giya ang mga liham niya sa mga kaibigan na nagdedetalye ng paglalakbay sa lupain ng mananakop. Naglakad-lakad ako sa parke na kaniyang tinulaan ng *Mi Retiro*. Hinanap ko ang Palacio de Cristal na nagsilbing hawla ng mga katutubong pinagpistahan ng mga Kastila.

Kanin at ulam na ang hinahanap-hanap ko nang dumating ako sa bayan ni Gaudi. Mas mahalaga ang sikmura kaysa arkitektura. Sa pagtatanong-tanong, natuklasan ko ang munting restawrang Pinoy, ilang hakbang mula sa makasaysayang café na tambayan ng mga patnugot ng *La Solidaridad*.

Hila-hila ang aking namumutok na bagahe, nagbalik ako kay Aling Celia. Sa bungad pa lamang, amoy ko na ang bagong-lutong nilaga. Batid kong may mais ito at saba. Hindi tinipid sa paminta at repolyo. Bagong luto din ang sinaing. May patis sa mesa at mga hiwa ng lemon. "Mahirap makahanap ng kalamansi dito." Tila humihingi siya ng paumanhin.

Hindi na ako nahiya pa. Nakatatlong extra rice ako. Nakatitig sa akin si Aling Celia at nagbirong unli-rice daw ang order ko. Binibilang yata niya kung ilan ang nguya sa bawat pagsubo ko.

Ayokong mag-eat and run kaya napaorder ako ng espresso bago magtungo sa airport. Para matunawan naman, kahit papaano. Pagkaraan ng kalahating oras, ako'y nagpaalam na. Iiwan ko na sana ang natitirang euro bilang tip. Kababayan naman si Aling Celia. Pero tumanggi siya.

"Huwag na, minsan ka lang naman napadalaw," nakangiti n'yang sabi ngunit may mga guhit ng lungkot ang mukha. "Ipinagluto talaga kita. Paborito rin iyan ng panganay ko. Alam mo, pareho kayong maganang kumain."

At agad n'yang pinahid ang masaganang luhang agad lumapat sa kaniyang labi.

OBRA MAESTRA

PINTURA NA ANG dugong dumadaloy sa aking mga ugat. Ilang minuto na lang, tutulo na ang oleo mula sa aking ilong at tainga. Maghapon kong tinitigan ang mga obrang Renaissance sa Uffizi. Ang mga pintura ni Botticelli na sa textbook ko lang nakikita, kaharap ko na. Magsusuka na talaga ako kapag nakakita pa ako ng mga dibuho ng Annunciation at Resurrection.

Paglabas ng museo, sumilip sa akin ang tore ng Palazzo Vecchio. Kaunting hakbang pa, lalantad ang engrandeng Duomo na saksi sa pag-usbong ng Firenze bilang Republika at ngayo'y destinasyon ng mga turista. Bukas ko na ito babalikan. Sarado na ang simbahan.

Nagpasya akong magkape sa kalapit na Astor Café. Hinding-hindi ako hihiling ng cappuccino dahil sabi ng mga Italiano, pang-agahang inumin ito. Habang pinalalamig ang aking latte, natanaw ko ang isang kababayang pauwi. Alam kong Pinoy siya sa ilog ng mga Puti at Koreano. Lumitaw siya sa isang masikip na eskinita ng kasaysayang hindi namin kilala. Ordinaryo ang suot, hindi panturista. Nasa pusod siya ng Firenze ngunit walang ningning, walang pagkamangha sa kaniyang mga mata. Matamlay ang katawan n'yang hinaharana ng tikatik ng mga digital camera.

Sinikap kong hulihin ang mga mata niya. Na walang panahon upang masdan ang mga obra maestra. Mailap. May inililihim. May work permit kaya siya? TNT ba siya sa Italia? Takot ba siyang baka magsumbong ako? Ilan taon na kaya siyang 'di nakauuwi? Ilan ang kaniyang pinag-aaral?

Patuloy ko siyang tinitigan na parang isang obra maestra.

JAYSON FAJARDO

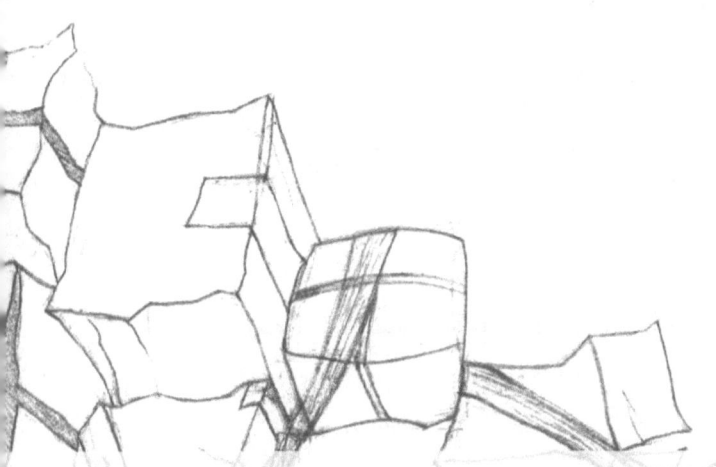

Miyembro ng Pinoy Reads Pinoy Books (PRPB), isang book club na nagtataguyod at nagmamahal sa pagbabasa ng panitikang Filipino.

MARY ANN

HINDI KA PA nga tapos sa isang trabaho. May bagong utos na naman ang matabang Arabo.

"Mary Ann, wash the dishes!"

"Mary Ann, cut the onions! Kess Ikhtak!"

"Mary Ann, feed my cat. Kess Ommak!"

"Mary Ann, water the flowers."

"Mary Ann, turn off the telly! Ayreh Feek!"

"Mary Ann, turn off the lights."

Tapos sisigawan niya ako! Binubugbog niya rin ako...

"Mary Ann, come here at the stairway."

At dahil sa sobrang katabaan niya bigla siyang nahulog. Tinitigan ko lang siya! Ito na yata ang pinakamasayang araw ko sa tatlong taon ko sa Dubai. Tinitigan ko ulit siya at sumigaw ako!

"Putang ina mo! Buti nga sa iyo!"

Pero hindi ko napigilan ang sarili ko kaya tinulungan ko rin siya.

"Mary Ann, sorry and thanks."

"Mary Ann, putanginamo," sabay ngiti niya sa akin.

HAIRY DADDY

[06/26/2015 1:23:29 AM] BORED MAN: Hi Jacob Dad, I'd like to add you as a contact. Bored Man

[06/26/2015 1:23:30 AM] *** Jacob Dad has shared contact details with Bored Man. ***

[06/26/2015 1:23:31 AM] Bored Man: jakol?

[06/26/2015 1:23:32 AM] Jacob Dad: cam

[06/26/2015 1:23:33 AM] Bored Man: wait lang po

[06/26/2015 1:23:35 AM] *** Call to Jacob Dad ***

[06/26/2015 1:23:36 AM] Jacob Dad: hubad

[06/26/2015 1:23:37 AM] Bored Man: saglit lang

[06/26/2015 1:23:38 AM] Bored Man: Ang sarap n'yo

[06/26/2015 1:23:39 AM] Jacob Dad: lol

[06/26/2015 1:23:42 AM] Bored Man: sarap dilaan ng mga buhok

[06/26/2015 1:23:43 AM] Jacob Dad: asl dude?

[06/26/2015 1:23:44 AM] Bored Man: 21 quezon city

[06/26/2015 1:23:45 AM] Bored Man: u?

[06/26/2015 1:23:50 AM] Jacob Dad: 45 Saudi Arabia

[06/26/2015 1:23:52 AM] Bored Man: kuya patingin naman ng dibdib mo ha ha

[06/26/2015 1:23:53 AM] Jacob Dad: san ka sa qc?

[06/26/2015 1:23:57 AM] Bored Man: proj. 6 po ako

[06/26/2015 1:23:60 AM] Bored Man: Working kau sa Saudi?

[06/26/2015 1:24:00 AM] Jacob Dad: oo, OFW

[06/26/2015 1:24:01 AM] Bored Man: bi po kau?

[06/26/2015 1:24:02 AM] Jacob Dad: oo

[06/26/2015 1:24:03 AM] Bored Man: may gf kau ngaun?

[06/26/2015 1:24:04 AM] Jacob Dad: ha?

[06/26/2015 1:24:05 AM] Bored Man: girlfriend

[06/26/2015 1:24:10 AM] Jacob Dad: wala. Asawa. Meron

[06/26/2015 1:24:11 AM] Bored Man: Lalaki?

[06/26/2015 1:24:12 AM] Jacob Dad: babae

[06/26/2015 1:24:14 AM] Bored Man: Bakit 'di babae kachat n'yo ngaun?

[06/26/2015 1:24:16 AM] Jacob Dad: mas gusto ko ngaun lalaki eh. Kala ko jakol?

[06/26/2015 1:24:17 AM] Bored Man: sorry naman

[06/26/2015 1:24:18 AM] Jacob Dad: san ka ba now?

[06/26/2015 1:24:19 AM] Bored Man: sa bahay po

[06/26/2015 1:24:20 AM] Bored Man: kau?

[06/26/2015 1:24:21 AM] Jacob Dad: same

[06/26/2015 1:24:29 AM] Bored Man: kuya paligayahin mo na ako sa pamamagitan ng pagpapakita ng dibdib mo ha ha

[06/26/2015 1:24:30 AM] Jacob Dad: why?

[06/26/2015 1:24:35 AM] Bored Man: nalilibugan kasi po ako kapag nakakakita ng nipples

[06/26/2015 1:24:36 AM] Jacob Dad: call

[06/26/2015 1:24:37 AM] *** Call to Jacob Dad ***

[06/26/2015 1:24:38 AM] Jacob Dad: face

[06/26/2015 1:24:39 AM] Bored Man: sorry po 'di puwede

[06/26/2015 1:24:40 AM] Jacob Dad: quick lang

[06/26/2015 1:24:41 AM] Bored Man: mamaya po after

[06/26/2015 1:24:42 AM] Jacob Dad: sige na

[06/26/2015 1:24:43 AM] Jacob Dad: saglit lng

[06/26/2015 1:24:44 AM] Bored Man: wait lang po

[06/26/2015 1:24:45 AM] Bored Man: mabilis lang ah

[06/26/2015 1:24:51 AM] *** Call ended, duration 00:06 ***

Si Daddy mo pala 'yun na 6 years na sa Saudi.

TNTNT

LAST CALL BILANG TNTNT CSR. Putang ina kasing mga Kano ito. Mawawalan kami ng trabaho dahil daw sa fraud.

TNTNT CSR: Thank you for calling TNTNT. My name is Jay. How can I assist you?

TNTNT Customer: I need to pay my bill. Bilis!

Mute ng Avaya. Uy Pinoy last customer ko.

TNTNT CSR: I understand how important it is for you to make a payment on time. You got me here and "I CAN HELP YOU WITH THAT."

Putang ina nitong Pinoy na ito. Scripted na scripted. Putang ina may FBI na palapit sa telephone booth...

TNTNT CSR: Can I have a good call back number in case we need to call you?

Mute ng Avaya. Uy nawala si Pinoy.

TNTNT CSR: Caller, I am unable to hear you. Caller, I am unable to hear you. If you can hear me, please give us a call back at...

ROGENE
GONZALES

Kasalukuyang kumukuha ng MA Filipino: Malikhaing Pagsulat sa UP Diliman habang nagtatrabaho sa isang multinational I.T. company. Kontributor din siya ng alternatibong midya na *Manila Today*, at nakapaglabas ng dalawang self-published na koleksyon: *Plumang Punyal: Mga Tula at Dagli na Pinatalim ang Puno't Dulo* (2013) at *Salita'y Sandata: Mga Piling Akda ng Nakikisangkot na Panulat* (2015). Sa pagkabata ay anak ng OFW at sa pagtanda ay araw-araw pinagpapasyahan kung saan na nga ba patungo.

NAWAWALA

NANDITO KA, PERO wala ka talaga rito.

Alam ko 'yan. Matagal na kitang napagmamasdan. Kung paano ka nakatingin sa kawalan tuwing magkasabay tayong sakay sa loob ng MRT. Kung paanong ikaw 'yung nakatayo kahapon, at nakaupo naman ngayon, sa oras na ito. At kung gaano kablangko ang iyong mukha, na sa pagsasara ng pintuan ay naka-iwas sa siksikan ng mga taong pawisan—o hindi mabura ang pag-aalala kung bukas ay gagana ba ang aircon sa bagon na iyong matitiyempuhan. Kilala kita. At kung paano, nagiging tila isang malaking entabladong may palabas ang salamin, ang bintanang dumaraan, ang naglalakihang billboard ng pang-aakit sa iyong sikmura o katawan o kung paano ka pumuti o kung paano ka pumogi sa pagsuot ng relo o kung paano ipinapaalala ng iyong paligid na ika'y kulang kahit anong gawin mong pagpapakasapat. Nandito ka, pero wala ka talaga rito. Alam ko 'yan. Ramdam ko 'yan. Nasa malayo ka. Malayong-malayo sa iyong ganap na patutunguhan.

Nandito ka, pero wala ka talaga rito. Nanggigigil ka na naman sa hawak mong laro. Nakikidigma. Alam ko, gusto mo talaga na sana ganoon na lang talaga kadali ang buhay mo. Ang maki-giyera at manalo sa bawat pagsubok ng buhay. Pero hindi. Pagkatapos ng laro. Pagkatapos ng tagumpay ng pagpindot at pag-utos sa iyong mga tau-tauhan, alam kong alam mong nalintikan ka na naman. Dahil kulang ang sweldong natanggap mo. Putang inang tax 'yan, sasabihin mo sa gobyernong wala namang ibang ginawa kundi gatasan ka. Nag-aalala ka kung sasapat ba ang hawak mong pera upang makabili ng gatas sa iyong sanggol. Umaasa kang kayang itawid nito sa gutom ang iyong mag-ina—na kahit ikaw na mismo ay hindi maligtas sa delubyo. Nanaisin mong magkatotoo ang laro ng giyerang hawak mo. Paano kaya kung isusugod mo ang iyong mga tropa, ang iyong pinakamalakas na tauhan upang durugin ang Malacañang?

Nandito ka, pero wala ka talaga rito. Nandiyan ka't nakaupo, kumakain sa foodcourt mag-isa o kahit may kasama. Pero nakikita ko kung ano ang nakikita mo. Kung bakit ang masarap na ulam na binili mo para sa sarili ay hindi naman talaga masarap dahil alam mong minsan lamang ito. Pinagbigyan ang paglilihi, ang nangangating dila at ang nakitang mong promo kanina ng pizza. Pero wala ka talaga rito. Pagkasubo mo palang at simulang ngumuya, nagliligpit ka na ng pinagkainan, naghuhugas ng pinggan. Nagtu-toothbrush at nagmamadaling hulihin ang oras upang hindi ka maipit sa lansangan. Umaasa na sana hindi ka ma-late sa trabaho. Umaasa na sana hindi ka mabulyawan ng boss mo. Kasi hindi niya gusto ang mga tatamad-tamad, kahit na ibigay mo na ang iyong buong-buo. Kasi pakiramdam mo, hindi ka na talaga nakakaramdam. Manhid ka na sa karanasan ng buhay, kaya sinusubukan mong bigyan ito ng lasa paminsan-minsan, paminsan-minsan kakain ka ng eat-all-you-can tuwing busog ang iyong wallet, kahit na hindi naman talaga nakakabusog ang pagkain para sa iyo at naghahanap ng ibang pagkakuntento ang iyong gutom.

Nandito ka, pero wala ka talaga rito. Alam ko 'yan. Sabi ko naman sa'yo. Ramdam ko 'yan. Kung paano ka sumusulyap-sulyap sa kanto tuwing tumitigil sa pagragasa ang dyip. Na para bang ang bawat pagtigil para ay katumbas ng pagkawala ng patak ng iyong dugo, kung paano mo rin ninanakaw ng titig ang iyong relo. O kung paano mo ipinagdarasal na maiwasan ang bawat pilang darating, sinisilip ang papeles sa loob ng brown envelope, kung kumpleto ba ang iyong pagkataong magdadala roon sa mga plano't adhikain mo. Lahat, nakikita ko 'yan. Minsan pa nga, nakita kitang nag-alay ng barya roon sa aleng nakaratay na sa ilalim ng tulay—kahit na saktong-sakto na lamang ang iyong pamasahe sa pag-uwi mula sa ikasampung ulit na interview na iyong dinaluhan na kung saan ka sinabihan na tatawag silang muli. Umaasa kang magkakaroon ka rin ng pagkakataong magkaroon ng trabaho, o mangibang-bayan.

Kahit saan basta may trabaho. Kahit ano basta marangal, o kahit hindi marangal basta nakabubuhay. Ang importante'y marangal ka sa iyong mga pamilya't minamahal. Kahit indahin mo pa ang sanlaksang pagbagsak ng n'yebeng may nakalalapnos na hapdi sa iyong balat o lamunin ng buhanging ikinakalat ng ihip ng hangin kung tama nga ba't nandito ka bilang isang butil ng piraso sa bundok ng disyerto. At bakit ka ba nagtitiis? Bakit ka ba naghihintay at naghahangad ng mga kapalit sa mga panahon at pagkakataong naririyan din naman kahit saan ka magpunta? Sino bang nagsabing walang lahi ang pangamba? Kailan nahati ang ating lugar pahingahan bilang simpleng tulog lamang o kuwadradong mga silid o espasyong hinihiling nga mga panaginip?

Naririyan ka, oo. Pero hindi mo lang alam, ika'y tulad ng iba pa, o ika'y tulad ko ring nakikitang magkakatulad lamang tayo. Nakatanaw sa malayo. Kinikilo ang bawat hakbang kung pasulong ba ito o paatras. Pinipresyuhan kung saan ilalaan ang hininga't mga buntong-hininga. Kahit na sa totoo'y hindi mo na masukat-sukat kung saang yugto ka na ngayon sa iyong nagkanda-pira-pirasong mga pangarap, ng walang hanggang pangangarap ng mga nangangarap, nawawala't nawawalan ng pangarap.

RECORDING

"SORRY, ALL CIRCUITS are busy now. Please try your call later. This is a recording. Sorry, all circuits are busy now. Please try your call later. This is a recording..."

Paulit-ulit na nagsalita ang babaeng matinis ang boses mula sa telepono. Natunton ng caller ang numero nang dagdagan ng +oo ang numero ng kanilang bahay. Katuwaan lamang. Bago sa kanilang bahay ang pagkakaroon ng telepono, kaya naisipan n'yang mag-eksperimento ng mga tatawagan. Nagpakabit ng linya ang kaniyang nanay sa Digitel upang makausap paminsan-minsan ang kaniyang tatay na nakabase sa Qatar at ang ibang kamag-anak sa Amerika—ngunit nangyayari lamang ang mga tawag kung may budget na IDD card.

Pagkauwi galing sa klase at wala ang kaniyang nanay, ugali na ng nasabing caller na i-dial ang numero at pakinggan ang recording. Paulit-ulit, nakikisabay sa pagbigkas, parang musika na ang boses sa kabilang linya at ang accent ng babae ay isang hele sa maghapong pagkababad sa eskuwelahan. Kabisado na niya ang pagtigil, ang bagong pangungusap at kung kailan ito mapuputol at magbe-beep nang matinis at sunud-sunod na siya namang maghuhudyat ng kaniyang pagbaba sa receiver.

Isang buwan ang makalipas, darating ang bill ng telepono na napakaraming nakalistang bayarin. Ititigil na ng caller ang pangangalikot ng telepono matapos siyang pagalitan ng kaniyang nanay. Mawawala na sa kaniyang pandinig tuwing hapon ang boses ng babae. Nawalan na siya ng libangang mapakikinggan sa pag-uwi.

***

Tumutunog ang telepono. Paulit-ulit. Isang matinis na tono. Nangungulit sa kaniyang damdamin. Hindi niya alam kung paano ito patitigilin. Sinubukan n'yang abutin ang kinaroroonan ng receiver, ngunit hindi niya ito maabot. Pakiramdam niya segu-segundo niya itong hinahabol, ngunit hindi niya maabutan ang tunog. Pakiramdam niya isa itong bomba, ilang segundo na lamang ay sasabog. Paulit-ulit ang teleponong tumutunog ngunit hindi niya na mahanap ang pinanggagalingan nito. Tumutunog.

Nangungulit. Kumakalikot sa kaniyang isip. Nanggigising. Isang alarm clock na maliit ngunit napakalakas. Papalakas. Lumalakas.

Bumulaga sa kaniya ang nakasisilaw na ilaw ng opisina. Ang matinis na katahimikang pinapalamanan lamang ng nag-iisang pakay ng headset sa pagitan ng kaniyang mga tenga. Kumikindat-kindat ang pulang ilaw sa kaniyang harapan, tumutunog ang Avaya Phone. Nangungulit na sagutin. Nag-ayos siya ng pagkakaupo, pinunasan ng likod ng kamay ang gilid ng bibig. Pinindot niya ang receiver. At pumailanlang sa kaniyang bunganga ang mga salitang isa nang recording sa kaniyang utak at damdamin. Awtomatiko n'yang sinambit ang mga pangungusap nang hindi na nag-iisip at unti-unting nahimasmasan sa inidlip na pagod. Umaasang maalpasan mamaya ang tawag ng sikmura kahit na alam n'yang tila kakabit na siya ng telepono ngayon at maging sa hindi siguradong bukas:

"Thank you for calling the international service desk. How may I help you today?"

TOBLERONE

DIABETIC SI DADDY, nakuha niya ito sa Saudi.

Kuwento niya, nakuha niya ito sa kakapapak ng mga malalaking dried prunes habang nanonood ng TV sa kaniyang apartment sa Riyadh. Isa siyang inihinyero ng mga gusali't highway roon, noong panahong nagsimulang ipaubaya ni Ferdinand Marcos ang kapalaran ng mga Pilipino sa Gitnang Silangan.

Napansin na lamang ni Daddy isang araw na nilalanggam ang mga patak ng kaniyang ihi sa CR. Sa tipo ng diabetes niya, hindi na gumagana ang kaniyang pancreas, kaya maya't maya ang pagsaksak ni Daddy ng insulin—kadalasan bago kumain. Madalas, bilang bunso, ako ang taga-abot niya ng syringe at botelya ng insulin. Ikukuyom ng palad ko ang botelya upang iabot sa kaniya—malamig at nagpapawis pa ang gilid ng salamin nito dahil kagagaling lamang sa ref. Pinapanood ko siya kung paano niya sukatin ang kukuning insulin, depende sa taas ng blood sugar niya sa oras na iyon ang dami ng dosage. Saka ituturok niya ito sa ilalim ng kaniyang tiyang makukunsidera na ring beer belly.

Minsan-minsan lamang magbakasyon si Daddy, pero hindi nawawala ang pasalubong n'yang mga tsokolate. Kadalasan, isang buong balikbayan box na samu't sari ang laman: mga bahagharing M&M's, kalawakan ng Milky Way at Mars, tila hindi maubos na ulan ng Hershey's Kisses, pake-pakete ng Butterfingers, Reese's at Cadbury. Pero ang paborito ko sa lahat ay Toblerone, ang tsokolateng may korteng magkakakabit na tatsulok o pyramid. Pyramid na parang nasa disyerto ng Ehipto. Disyertong akala ko'y malapit lamang sa Saudi dahil mahina ako sa geography.

Dahil ako ang bunso, bago ito ipamudmod sa ibang kababatang kamag-anak, nakapipili muna ako kung ano ang gusto kong kunin sa mga tsokolate. Maliban sa pagkuha ng sample ng bawat klase, siyempre uunahin ko na ang Toblerone. Paisa-isa kong nginangata ang pagitan ng bawat tatsulok. Hindi kamay ko ang pumuputol dito kundi ngipin. Ngunguya-nguyain, at maya't maya'y mauuslit na sa aking gilagid ang mga almond nuts na siya namang lalapirutin ng aking daliri. Naisip ko tuloy, parang ang dugyot ko kumain ng Toblerone noon. Pero dahil bata, wala na akong pakialam basta't ako'y masaya. Masaya dahil kahit diabetic si Daddy, nagpapasalubong siya ng maraming tsokolate.

Ilang taon matapos magpasyang i-forego ni Daddy ang pag-aabroad, nakatapak siya ng thumb tacks sa bahay. Mahirap maghilom ang sugat ng mga diabetic kaya't kahit simpleng maliit lang ay delikado. Lumala ito nang lumala hanggang sa kinailangang putulin ang limang daliri upang maisalba ang kaniyang kaliwang paa. Na-stroke siya sa proseso ng operasyon, nagkaroon ng kumplikasyon. Halos mabaldado na siya't hindi makapagsalita: "Marami pang kailangang gawin sa buhay," pautal-utal n'yang sambit sa akin minsan sa ospital.

Palaban siya't hindi sumuko, naalpasan niya rin kalaunan ang pagsubok na ito. Nakalakad at nakapagsalita ulit nang tuwid si Daddy matapos ang mahabang paghihilom at maraming session ng physical therapy. Diabetic si Daddy, pero kahit nagdurusa, naroon pa rin ang kaniyang ngiti.

Isang madaling araw, maraming taon mula rito, nagising akong napakalakas ng ulan sa aking apartment sa Laguna. Nakakapasok ang mga patak sa bintanang hindi ko naipihit nang kumpleto pasara—nakabalik rin naman ako sa tulog. Pagkabangon ko'y sikat na ang araw. Tinext ko agad ang aking kapatid sa dami ng kaniyang missed calls, saka siya nagreply: "Umuwi na tayo. Wala na si Daddy." Inatake siya sa puso, at kuwento ni Mommy, wala pang sampung minuto nang siya'y namalahaw at nagdusa ngunit agad namahinga at namayapa.

Sa buong linggo ng kaniyang burol, saka lang umiyak ang mga maliliit kong pamangkin nang ibinababa na ang kabaong ni Daddy sa lupa upang tuluyang mailibing. Akala siguro nila natutulog lang siya. Nagtinginan na lang kami ng mga kababata ko, na ngayon hindi na bata, at alam kong sama-sama naming inalala ang mga sandaling nakatanggap kami ng biyaya sa dami ng kaniyang dalang tsokolate. At naisip ko tuloy sa mga sandaling iyon, magiging kaibigan niya na rin siguro ang mga langgam sa libingan ng isang simple at dakilang balikbayan sa aming buhay.

Sapagkat diabetic si Daddy, pero marami siyang pinamahaging matatamis na alaala. Nagdasal ako't napangiti.

ERICA JUSTINE INDUCTIVO

Bilang hilig ni Erica ang magpatangay sa agos ng mga dagliang salita, tinapos niya ang kursong Malikhaing Pagsulat sa loob ng apat na taon. Malimit niyang iniisip kung paano isasalin sa dagli ang mga senaryong pumupukaw sa atensyon niya. Kung hahanapin, kasalukuyan siyang nagkatira sa Bulacan at paminsan-minsa'y makikita sa mga gig, bookstore o sa mga libreng film showing.

PADALA

SAKTO ANG PAGDATING ni Rose, kasama ang anak at asawa niya sa airport para sa oras ng flight, makakauwi kasi sa Pilipinas ang kaibigan nilang OFW. Nag-usap silang sandali bago tuluyang umalis. Inamin ni Rose na gusto na rin n'yang umuwi. Ang kaso, hindi puwede, TNT kasi sila sa Saudi, at kailangan pa nilang mag-ipong mag-asawa para sa kanilang anak.

Ilang minuto pa ang nakalipas, dumating na ang oras na kailangang magpaalam. Dali-daling kinuha ni Rose ang ilang buwang sanggol sa bisig ng mister n'yang sumisinghap pa. Pinipilit maging matapang.

"Hello, baby! Uuwi ka na kay lola." Nakatitig ang sanggol kay Rose, waring naiintindihan siya nito. "Mahal na mahal ka ni Mama at Papa." Nanginginig ang boses niya. Mahigpit na niyakap at hinalikan ng mag-asawa ang anak sa huling pagkakataon bago pa man ibigay sa kaibigan.

WEBCAM

"HELLO, MA? NAKIKITA mo na ba kami? We miss you! Ay, teka! Bakit wala pa akong makita? Ma, buksan mo 'yung webcam mo."

"Nakikita ko na kayo, 'Nak. Miss you too! Kumusta ba ang mga dalaga't binata ko? Pasensya na, nasira ang webcam, 'Nak. Next time na lang."

Patuloy ang pagkukuwento ng mga anak ni Norma, sabay-sabay silang nagsasalita, nagkakagulo pa nga kung kanino itatapat ang webcam.

"Ma, marunong na po akong magbigay ng first-aid! Tinuruan po kami ni teacher. 'Eto pa nga po 'yung kit ko, binili po ako nila Ate kanina! Ako lang po ang kumpleto sa mga classmates ko!"

"Aba, very good! Galing ng bunso ko." Napangiti ang ina. Walang kamalay-malay ang mga anak na noong sandaling iyon, habang hindi siya nakikita, ginagamot niya ang sarili n'yang pasa na nakuha sa pambubugbog ng Kanong amo.

BUSY

"HAY! SALAMAT NAMAN at sinagot mo rin ang tawag ko, 'Nak!" Maririnig ang mahinang dasal ng ina matapos sumagot ang anak na dalawang linggo na n'yang tinatawagan.

"'Nay? Pasensya ka na, ngayon ko lang nasagot ang tawag mo. Ah, ano, busy kasi ako sa school. Gumagawa kami ng thesis. Ma, bukas na lang tayo mag-usap, alas dose na kasi ng gabi." Bago pa man maputol ang overseas call, malinaw na narinig ng ina ang mahinang singhap ng anak na sinundan ng malakas na pag-iyak ng sanggol.

JERIC JIMENEZ

Part-time instructor ng mga asignaturang Filipino 1 at 2 sa University of Rizal System Antipolo Campus at sa STI College Cainta, Rizal. Kumukuha siya ng MA Filipino: Malikhaing Pagsulat sa UP Diliman. Isa siya sa mga pinalad na maging fellow sa tula sa pa-workshop ng PUP Center for Creative Writing at sa Unang Palihang Nasa Linya. Aprubadong mailathala ang kanyang sanaysay sa refereed journal ng Komisyon sa Wikang Filipino na *Pandiwa*. Pasado naman sa mga patnugot ng *Sawi/Wagi: Mga Kuwento ng Luwalhati't Pighati* ang isa niyang dagli na pinamagatang "Butanding". Nailalathala paminsan ang kanyang mga tula sa *Liwayway* at sa mga independent publications tulad sa *Paper Monster Press*.

GULAY

ALAM KO NAMAN talagang nagbibiro lang si Tatay nang sabihin n'yang may lalabas na uod sa sugat ko kapag hindi ako kumain ng gulay. Nakasanayan na nina Nanay at Tatay na takutin kaming magkapatid kapag tumatanggi kaming kumain ng gulay.

Ayaw naman talaga namin ng gulay ng bunso kong kapatid na si Laica, hindi masarap at walang lasa. Pero ito lang ang kayang ihain ni Tatay sa'min mula sa kaniyang mga pananim sa Pangasinan. Ito lang ang kayang ihain sa'min ni Tatay noong hindi pa siya pumupunta sa Saudi.

Madaling-araw noon nang tumulak si Tatay para mangibang-bansa. Hindi na ako nakapagpaalam sa kaniya. Hindi ko na rin siya nayakap. Ni hindi na rin naihatid. Naramdaman ko na lamang, habang natutulog, ang mariing halik sa noo. Alam kong si Tatay ang humalik sa aking noo. Mariing halik na hindi ko akalaing aabutin ng maraming taon bago ko muling maranasan. Mariing halik ng pamamaalam. Mariing halik mula sa taong nagpapakatatag.

Sa tuwing darating ang mga padala ni Tatay galing Saudi, lalo na ang kahon-kahong balikbayan box na may address namin, hindi namin maipaliwanag ni Laica ang labis na tuwa.

Sa tuwing dumarating din ang mga padala ni Tatay galing Saudi, sabay ring nakaabang ang mga kamag-anak namin. Umaasa ring meron silang pasalubong mula kay Tatay.

Nakasanayan na namin ni Laica na manood habang inilalabas isa-isa ni Nanay ang mga padala ni Tatay mula sa balikbayan box. Lagi kaming may mga bagong laruan. Mga baril-barilan at kotse-kotsehan para sa'kin. Kay Laica, ang manyika na may kakaibang kulay ng mga mata; kay Nanay naman ang bagong TV at DVD o kaya'y bagong alahas. Mura lang daw kasi ang mga alahas sa Saudi, sabi ni Tatay.

Masaya ako sa mga materyal na bagay na nagkaroon kami nang mangibang-bansa si Tatay pero sa totoong lang, noong umalis si Tatay, unti-unti ring namatay ang iniwan n'yang taniman. Unti-unting natuyo at namatay ang mga tanim n'yang okra, talong, kamatis, petsay, upo, kalabasa at iba pang gulay.

Hindi ko na rin naalagaan ang kaniyang taniman ng gulay dahil hindi 'yon ang hilig ko. Sinubukan kong magtanim ng papaya pero wala pang isang linggo'y namatay ito at 'yung iba'y hindi na lumaki. Sabi ni Tatay, mabigat raw ang kamay ko kaya hindi nabuhay ang halaman.

Hindi na gulay ang madalas naming ulamin nang mag-Saudi si Tatay. Nasubukan na naming kumain ng ibang putahe tulad ng nilagang baka, adobong baboy at ang paborito namin ni Laica na hotdog. Madalas rin ang aming pagdya-Jollibee at pagma-Mcdo. Nakabili rin kami ng mga damit at sapatos na hindi namin nabibili noong hindi pa siya nag-aabroad.

Hindi nagtagal si Tatay sa Saudi. Nakalimang taon lamang siya. Madaling-araw rin noon nang ihatid siya ng kotse ng isa n'yang kaibigan. Tulad ng dati, may mga dala siyang balikbayan box. Ngunit ang mga balikbayan box na iyo'y hindi naglalaman ng mga tsokolate o mga pasalubong kundi ng kaniyang mga gamit.

Matagal na raw pala talagang gustong umuwi ni Tatay. Pero hindi niya magawa dahil sa pagpipigil na ginagawa sa kaniya ng kaniyang employer. Sa balikbayan box niya inilagay lahat ang kaniyang mga gamit para hindi umano halata sa kaniyang amo na tatakas siya.

Nakapagpundar ng maliit na negosyo sina Nanay at Tatay ngunit hindi rin ito nagtagal. Nanatili na lamang si Tatay sa Pangasinan at muling nagtanim ng gulay.

Ngayon, hindi na ako natatakot na may lumabas na uod sa sugat ko. Kumakain na kami ng gulay ni Laica.

TABO

HINAPLOS NI GEMMA ang likod ni Aaron. Ang nanlalagkit nilang mga katawa'y nagsasalo. Habang tumitindi ang init ng kanilang mga katawan, nakikisalo rin ang init na pinakakawalan ng gasera.

"'Wag kang umalis, Aaron... ahhh... 'wag kang mag-Saudi... 'Wag mo akong iwan ahhh... ahhh..." bulong ni Gemma kay Aaron.

Hindi mapigil ni Aaron ang kaniyang pananabik kay Gemma. Sa kasiping n'yang hindi niya alam kung kailan ulit niya makakasama. Sa kasiping n'yang hindi niya gustong iwan ngunit dahil sa kalagayan ng buhay nila'y kailangan n'yang lisanin.

May kaya ang pamilyang pinagmulan ni Gemma pero pinili n'yang sumama kay Aaron kahit alam niya ang kalagayan ng buhay nito. Mahal niya si Aaron kaya masakit para kay Gemma ang pag-alis nito papuntang Saudi. Hindi kuntento si Aaron sa buhay na meron sila ni Gemma. Naaawa siya rito sa tuwing nararanasan niya ang hirap ng buhay. Kaya n'ung nagkaroon ng pagkakataon si Aaron na mag-Saudi mula sa katrabaho niya sa construction, hindi na siya nagdalawang-isip pa. Humiram na siya agad sa Bombay.

"Ako na," sa kaniyang matigas na tinig.

"Hindi, ako na..." malambing ang tinig na iyon ni Aaron.

"Magbihis ka na lang," giit ni Gemma.

"Gusto mo pa?"

Natigilan si Gemma, humarap sa asawa.

"'Wag kang umalis. 'Wag mo akong iwan. 'Wag kang mag-Saudi," sabay yakap sa nakatayong asawa. Dama pa nito ang nakatindig n'yang pagkalalake. Ngunit tinanggal ni Aaron sa pagkakayakap ang asawa at sinimulan ulit na halikan.

"Hindi na, 'wag na.. tama na Aaron.. ayoko na..." sa malungkot na tinig ni Gemma.

Tahimik namang tumalikod si Aaron at kinuha ang tabo.

Doon na lamang nito inilabas ang init na matagal nilang binuo't hinintay ni Gemma.

VOLLEYBALL

INABOT NG DALAWANG taon bago aprubahan ang passport ni Mica papuntang Malaysia. Hindi kasi magkatugma ang taon ng kapanganakan niya sa nakalagay sa kaniyang birth certificate. Kung hindi sana siya ipinadala noong high school sa isang pambansang palaro sa volleyball, hindi siya magkakaroon ng problema sa passport. Para makapaglaro, kinailangang iurong ang taon ng kapanganakan niya para daw madaling mai-release ang kaniyang birth certificate.

Habang isa-isa n'yang inililigpit ang gamit niya sa maleta, iminumuestra pa niya sa hangin, kung paano niya tanggapin at ibalik ang bola sa pamamagitan ng spike. Paborito n'yang laro ang volleyball. Sa apat na magkakapatid, siya lang ang nahilig sa paglalaro nito. Ang tatlo n'yang kuya ay nahilig lahat sa pagbabasketbol.

Magkahiwalay ang mga magulang ni Mica. Hindi na raw kasi sila magkasundo pero lahat sila'y sumama sa kanilang Ina. Maliit pa noon si Mica kaya ayaw man niya, wala rin siyang nagawa.

Lahat ng mga desisyon ni Mica ay laging pinanghihimasukan ng kaniyang Mama hindi tulad sa kaniyang mga kuya. Hindi kasundo ni Mica ang kaniyang Mama. Lalo na noong nagdesisyon siyang pumunta ng Malaysia at mag-DH. Lalo na noong itinuloy niya ang pakikipagrelasyon kay Lanie.

Best buddies sina Lanie at Mica noong high school pa. Opisyal na naging sila noong magtatapos na sila. Mga post scripts, mga sulat mula sa maliliit na pinilas na mga papel, mga bracelets at ilan pang souveniers at key chains na ibinigay ni Lanie kay Mica ang isa-isa na niya ngayong inilalagay sa iisang lalagyan para maisiksik pa sa maleta.

Marami ring naipon si Mica na regalo mula kay Lanie pero ang isa sa pinakaimportante sa kaniya ay ang maliit na bola ng volleyball na may nakasulat sa paligid nitong "I Love You Mica." Maingat na isinuksok ni Mica ang mga sulat at regalo ni Lanie tulad ng ginawa n'yang pag-iingat noong hindi pa nalalaman ng kaniyang Mama ang tungkol sa kanilang dalawa. Maingat silang nagtago lalo na sa kaniyang Mama. Sa tuwing dadalaw si Lanie sa bahay nina Mica, ang alam ng Mama ni Mica na magkaibigan lamang sila. Suportado siya ng kaniyang mga kuya sa anumang desisyon. Lalo na usapin ng pakikipagrelasyon.

Isinama rin ni Mica sa kaniyang bagahe ang mga baso, kutsara, tinidor at platong madalas gamitin nila ni Lanie. Isiniksik n'yang lahat ang mga alaalang iyon.

Maingat din sila sa mata ng mga tao lalo na tuwing magkasama sila. Natutuhan nilang dalawa kung paano magtago. Na lahat ng bagay pagdating sa kanilang relasyon ay patago: patagong halik, patagong hawak-kamay, patagong hipo. Ngunit lahat ng patagong iyon ay hindi kailanman ikinahiya ni Mica sa kaniyang sarili. Mahal niya si Lanie. Ngunit lahat ng pagkakataong iyon ay nawalang lahat noong magdesisyong umalis si Lanie upang mangibang-bansa. Pinigilan ni Mica si Lanie na mangibang-bansa. Hindi niya kakayanin kapag nawala ito. Pero kailangan ng pamilya ni Lanie ang pera, apat din silang magkakapatid at si Lanie ang panganay. Wala na silang ama.

Limang buwan ding hindi natanggap ni Mica ang desisyong iyon ni Lanie. Sa Twitter at Facebook na lamang sila muling nagkaroon ng ugnayan. Mapilit si Lanie, hindi niya tinigilan ang dati n'yang buddy at ngayon ay kasintahan na matapos nang ganun-ganun lang ang kanilang relasyon. Kahit malayo sila sa isa't isa, pinadadalhan pa rin ni Lanie si Mica ng mga sulat at mga regalo. Mga liham na dati rati ay isinisiksik lamang ni Lanie sa notebook o libro ni Mica. Mga liham na minsang walang pangalan pero alam ni Mica kung kanino nanggagaling ang mga iyon.

Mahilig ding maglaro ng volleyball si Lanie. Isa ito sa mga nagustuhan ni Mica sa kaniya. Habang itinutupi ni Mica ang kaniyang panty, bra at iba pang damit pantulog na kakailangan din niya, naalala niya ang mga araw na naglalaro sila ni Lanie ng volleyball. Kahit umuulan, basta may pagkakataon, maglalaro sila ni Lanie kahit buong araw. Kahit maligo na sila sa ulan.

Patapos na si Mica sa pagliligpit ng kaniyang mga gamit. Nailagay na n'yang lahat ang mga kakailanganin niya sa maleta nang mapansin niya ang litratong nalaglag sa sahig. Pinulot niya. Litrato nila ni Lanie sa Hinulugang Taktak sa Antipolo kasama ang iba pang kaibigan. Napangiti siya. Hindi lang dahil sa larawan. Kundi dahil sa nagniningning na tubig na bumubuhos mula sa Hinulugang Taktak. Parang silang dalawa ni Lanie. Buong-buo, nagniningning, bagong tao.

PATRICIA LUCIDO

Isang kolehiyalang nakikipagkaibgan sa mga multo at anino na pumapaligid sa teatro. 'Di, jowk lang. Si Patt Lucido ay isang mag-aaral sa umaga, at isang mangingibig ng teatro sa gabi. Nagsusulat siya para sa umibig, nasaktan, tinanggihan, ngunit umiibig pa rin. Para rin sa mga malaya't masaya na. Para sa ENTA na tinuruan siya kung paano umibig nang tunay. At lalong lalo na, para sa kanya. *Scribo ergo sum.*

KLIK

KLIK. KLIK.

"Sorry, but we no longer have available seats for your selected date."

Klik. Klik.

"Sorry, but we no longer have available seats for your selected date."

Klik. Klik.

"Sorry, but"

Klik. Klik.

"Sorry,"

Klik. Sasara ang browser. Bubuksan ang chat.

`Hello? :)`

"Andrea is calling."

Klik.

"Hello? Hello, Ate!"

"Hello."

"Bakit ka napa-chat, ate? Mamaya pa dapat, a. Bakit?"

"Naisipan ko lang agahan. Kumusta na kayo diyan?"

"Heto! Miss na miss ka na namin, Ate! Kailan ka makakauwi?"

...

"Hello, Ate? Nagha-hang 'ata kayo. Hello?"

Klik. Isasara ang chat. Isasara ang laptop. Hihingang malalim. Titingnan ang labas ng bintana at makikita ang mga cherry blossom na dati'y akala nagmumula lang sa mga pantasya.

Isasara ang mga mata, at hihingang malalim.

Bukas na lang muli.

SULAT

DUMATING ANG SULAT mula sa kaniya. Ilang araw mo itong hinintay. Ilang gabi rin ang lumipas na hindi ka makatulog nang maayos sa takot na baka hindi dumating ang sulat niya. Binuksan mo ang sobre at nahulog ang papel na halatang ilang beses sinulatan at binurahan, ilang beses rin siguro itong tiniklop at binuklat para lamang magkasya sa sobre, para lang matago ang mga lihim na ito. May kasamang litrato mula sa Amsterdam, Glasgow, Paris, at kung saan-

saan pang mga napakagandang lugar. Pinulot mo ang liham at nagsimulang magbasa. Hinihingal ka at nahihirapang huminga.

"Makakabalik na rin ako pagkatapos ng sampung taon. Nasasabik akong makasama kayo muli."

Nagdaan ang ilang araw, ilang linggo, buwan, taon.

WALANG NIYEBE

PARIS. ROME. MUNICH. Kyoto. Moscow. Shanghai. Glasgow. Seoul. Manila. Pang-ilang Pasko ko na ito sa ibang bansa. Ngayon lang ako nakaranas ng Paskong walang niyebe.

JOLLY MARQUEZ LUGOD

Si "Jol" ay tubong Sikatuna, Lungsod ng Quezon na lumaki sa Probinsiya ng Aurora. Kasalukuyang naninirahan sa Pedro Gil, Lungsod ng Maynila. Nagtapos sa PNU sa kursong BSE Filipino noong 2015 kung saan siya ginawaran ng Gawad Genoveva Edroza-Matute. Naging Patnugot sa Panitikan noong 2013 at Kawaksing Patnugot sa Filipino noong 2014 ng *The Torch* ng PNU. Pinatnugutan niya ang *AKLAS: Sa mga Patayo't Pahalang na Bakal* na nagwagi ng Unang Karangalan sa 15th Gawad Ernesto Rodriguez Jr. ng College Editor's Guild of the Philippines. Naging Direktor ng Sangay Pilantik, Kapisanang Diwa at Panitik noong 2014 at naging punong patnugot ng *Dos Por Dos: Alaylayan*. Naging fellow ng 7th Palihang Rogelio Sicat sa Clark Angeles, Pampangga at 13th Ateneo National Writers Workshop. Miyembro ng Kataga–Manila at kasalukuyang istap ng Alliance of Concerned Teachers.

UMAGAHAN

NAGISING AKO SA pagpasok ng liwanag sa bahay nang isa-isa n'yang buksan ang mga bintana at pintuan. Nagising ang aking ulirat sa pagkiskis ng sandok sa kawali habang isinasangag niya ang kanin. Nagising ang aking malay nang marinig ang paghihip ng hangin sa baga ng kalang de-uling. Hindi ako sanay magising sa pag-aasikaso niya ngunit hinahanap-hanap ko iyon noong bata pa.

Naririnig ko ang papalapit na yabag ng kaniyang mga paa. Lumapit sa akin. Isang haplos ng hininga ang aming pagitan.

"Gising na 'Nak, anong oras ba ang klase mo?"

Nakapikit pa ako ngunit narinig ko ang kaniyang boses. Alam kong pinagmamasdan niya ang aking mukha at ang marahang pag-ugoy ng aking dibdib. Ramdam ko ang init ng kaniyang hininga ngunit hindi ko iminumulat ang aking mga mata. Nahihiya akong titigan siya nang mata sa mata tulad ng mga Pasko't bagong taong umuuwi siya mula sa Jordan at nakahawak ako sa palda ng aking lola, nahihiyang lumapit. Siya raw ang aking ina, na ang kahulugan noon sa akin ng pagiging ina ay ang malimit n'yang pagpapadala ng kahon ng pagkain at gamit sa aming bahay.

Tumalikod siya at marahang bumalik sa kusina. Tumunog ang alarm ng aking cellphone at saka ko iminulat ang aking mga mata. Isang oras bago ang alas siete kong klase. Nakita ko siyang naghahain ng noodles at piniritong itlog sa lamesa. Umupo siya sa pahabang bangko, nakatalikod sa akin at nagsindi ng sigarilyo. Madilim ang kaniyang likuran sa harap ng liwanag ng bintana. Naka-bandage ang kanang braso niya habang ginagamit ang kaliwang kamay sa paghithit ng sigarilyo. Ang bibig niya'y nagbuga ng usok ng sigarilyo na humahalo sa usok ng kalan, nagsasalimbayan sa liwanag na pumupuslit sa mga pagitan ng kahoy na dingding.

Hindi ako sanay na may naghahain ng umagahan para sa akin. Madalas lang akong nagka-cup noodles o sopas sa canteen. Tumayo ako't mabilis na kumuha ng t'walya at nagtungo sa banyo. Habang nagbubuhos at nagsasabon, ginugunita ko ang larawan ng isang batang pilit na pinaliliguan ng kaniyang lola. Dagliang nagbabago ang larawan hanggang sa lamunin ng dilim ang matanda. Natunghayan ko ang unti-unting paglaki ng bata hanggang mag-isa na lamang itong nagbubuhos at nagsasabon. Hanggang makita ko ang sariling nagpupunas ng t'walya sa sariling kahubdan.

Lumabas ako sa banyo at mabilis na nagbihis ng kulay itim na pants at puting polo, isinuot ko ang itim na Nike rubber shoes. Isinukbit ko ang Eastpack na bag, nagsuklay ng buhok at nagpabango.

"Alis na 'ko," mahina kong sabi. Wala siyang tugon kundi tatlong segundong pagtitig ng pares ng kaniyang mata sa akin. Hinithit niya ang huling hithit ng sigarilyo. Idinukdok sa ashtray at saka kinuha ang bag. Pinagmasdan ko siya habang binubuksan ang zipper ng bag. May marka pa ng pasa sa kaliwa n'yang pisngi. May nakabalot pa ring bandage sa kanang braso. Hindi pa naghihilom ang sugat sa pait na dinanas sa Jordan. Nahihirapan siyang buksan kaya tinulungan ko siyang hawakan ang bag. Inabutan niya ako ng isang daan.

"Salamat," ang sabi ko at agad na tumalikod palabas ng pintuan. Agad akong sumakay ng tricycle. Hindi maalis sa akin ang larawan ng pinaghalong usok ng sigarilyo at usok ng bagong luto n'yang umagahan.

LUMILIIT AKO SA 'YONG PANINGIN

OVERSEAS CALL. IKINUKUWENTO mo sa akin noon ang pakiramdam mo sa loob ng eroplano nang napagdesisyunan mong mag-nurse sa Toronto. Gabi noon sa inuupahan mong apartment sa Dundas St. samantalang ako'y hindi pa nakakabangon sa higaan. Nag-uunahan ang mga salita sa iyong dila. Hindi ka mapakali habang ikinukuwento sa akin ang karanasan mo. Sumuka ka kamo. Dahilan mo, parang nahihiwalay ang katawan mo sa iyong kaluluwa. Nililibang mo na lang kamo ang iyong sarili sa pagmamasid sa mga pulburang liwanag ng mga sasakyan at mga gusali ng lungsod na iyong iniwan.

Ngayon, nagbalik kang sabik pa ring magkuwento sa akin. Inilarawan mo sa akin ang lawak ng pulo-pulong Pilipinas at ang lawas ng iyong mga pangarap sa states. Nakangiti mong inabot sa akin ang isang itim na leather jacket. Ibinibida mo sa akin na mahal ang branded kapag sa Pinas binili. Hindi ko na naisip kung ilan ang katumbas ng limang dolyar sa piso. Nakatingin lang ako sa iyong mukha, nagsasalita ang iyong mga labi.

Nakikinig ako sa'yo ngunit hindi sa'yong mga sinasabi.

Ano pa nga ba ang mga iyon kundi mga pagpapatunay na sa pagsakay mo sa eroplano, sa ibabaw ng lupa, sa himpapawid ng iyong mga pangarap, hindi lamang mga gusali at sasakyan ang lumiliit sa'yong paningin, maging ako'y singliit na lamang ng tuldok sa iyong puso.

Tumalikod ako at naglakad.

Nagtungo ako sa bintana ng aking bahay na gawa sa kinakalawang na yero. Binuksan ko ito at nagliwanag ang kuom at kulob sa madilim na kuwarto. Pinagmasdan ko sa aking gunita ang dalawang batang naghahagikhikan at naghahabulan sa masikip na eskenitang siksikan dahil sa paroo't paritong mga paa. Nawala sa paningin ng batang lalaki ang batang babaeng tumakbo palabas sa dumidilim na eskinita.

Naramdaman ko na lang ang marahang paglalakbay ng iyong mga kamay sa aking likuran—naglakbay ito papunta sa tadyang ko hanggang sa masakop ng iyong yakap ang aking katawan. Isinandal mo ang iyong ulo sa aking batok. Dumantay sa aking likuran ang nakaumbok mong tiyan.

Hindi ko namalayan, unti-unti ka ring lumiliit sa aking paningin. 'Singliit ng tuldok sa aking puso.

MAIA

DATI, 'SINTAYOG LAMANG ng pinalilipad na saranggola ni Maia ang naaabot ng kaniyang paningin. Kanina, nasisilip niya sa munting bintana ng eroplano ang mga ulap sa himpapawid na ni minsan ay 'di narating ng kaniyang saranggola.

Kanina pa siya hindi mapakali at nasasabik na makita ang Tatay Jay niya. Naging matagal ang tatlong oras at kalahating biyahe na parang mas matagal pa sa isang taong mahigit na pagkakawalay sa kaniyang tatay. Kanina'y walang patid ang tingin niya sa bintana upang tanawin ang himpapawid na nilipad ng kaniyang tatay noon na ngayo'y nalipad na rin niya sa gulang na pito. Ngayo'y pinagmamasdan niya sa labas ng kotse ang matatayog na gusali, malalawak na kalsada at paroo't paritong mga Singaporean. Ang Nanay Yvon niya, kanina pa tahimik sa eroplano. Natutuhan na n'yang tanggapin ang dumadalas na katahimikan ng nanay niya mula nang huminto ang Tatay Jay niya sa pagtuturo sa isang IT school at lumipad pa-Singapore upang maging web developer. Lumilipad sa kaniyang gunita ang malulungkot na sandali sa tuwing nakikita n'yang umiiyak ang kaniyang ina sa pagkawalay sa kaniyang tatay. Wala siyang magawa kundi yumakap at samahang umiyak ang kaniyang ina.

Kapag nami-miss niya ang kaniyang Tatay Jay, naaalala niya noong natatakot siyang lulusan ang tamsi sa kaniyang lata sa pangambang patirin ng hangin ang kaniyang saranggola. Ang sabi ng Tatay Jay niya, walang kaso iyon, p'wede nilang habulin at kung sakaling mapunit o mabasa kung bumagsak man sa ilog, papalitan na lang daw ng papel de Hapon. Ngunit gusto n'yang ingatan ang kaniyang asul na saranggola. Iba kasi sa lahat ng saranggola iyon, may mga puting letra iyon ng kaniyang pangalan na idinikit nilang mag-ama. At panahon ng tag-ulan, ang luha ng langit ang bumasa sa saranggola ni Maia, nawarak ang manipis nitong kalamnang papel at maingat n'yang isinuksok ang patpat nito sa dingding. Hindi na niya iyon nagamit mula nang umalis ang Tatay Jay niya.

Maluwag silang tinanggap ng mga aspaltadong daan. Mabilis kung dumaloy ang bawat sandali hanggang sa huminto ang kotse sa tapat ng isang gusali. Tinitingala niya ang tumutulong luha ni Nanay Yvon habang naglalakad sila papasok. Tumambad sa kanila ang nagkikislapang mga liwanag ng kamerang nagkumpulan sa kanilang harapan. Hinahawi ng dalawang escort ang kanilang dadaanan. Wala siyang maintindihan sa paligid. Wala siyang nauunawaan sa mga nagaganap. Humigpit ang hawak niya sa braso ng kaniyang ina.

Iniluwa sila ng kumpulan ng mga tao. At ngayo'y naglalakad sa 'sandipang daan sa pagitan ng puting mga pader. Kaliwa't kanang liko, inspeksyon ng bag at pagkausap sa kaniyang ina bago sila pinapasok sa isang kuwarto.

Isang puting-puting kuwartong may mga pagitang transparent na salamin. May telepono sa magkabilang bahagi. May nakasabit na digital timer. Lumabas ang kaniyang tatay, nakagapos ang mga kamay sa likuran, kasama ng dalawang nakaasul na singkit na mga guwardiya. Kinalag nila sa pagkakagapos ang Tatay Jay niya at saka humakbang paatras. Patakbong tumungo sa pagitang salamin silang mag-ina. Nagmamadaling naglapat ang mga palad, mukha, labi at luha sa pagitang salamin. Saka lamang naisipang hawakan ng kaniyang ina ang telepono upang kausapin ang tatay niya. Umiiyak lamang siya habang kinakausap siya ng kaniyang tatay. Mag-ingat daw lagi at mag-aral siya nang mabuti. Mahal na mahal raw siya nito. Tumatakbo nang paurong ang oras sa digital timer, hindi man lamang niya mayakap ang kaniyang ama. Hindi gaya nang dati, maluwag ang oras, noong malayang pinalilipad nilang mag-ama ang saranggolang may pangalan n'yang "Maia".

CHERRY MACARILAY

Siya ay isang konteserang Bicolana. @Maccheb ang kaniyang sagisag-panulat sa Wattpad at iba pang online writing contest. Isa sa mga pangarap niya ang maging ganap na manunulat balang araw, upang mang-aliw, magbahagi ng inspirasyon at makapag-ambag sa literaturang Filipino. Nagsimula sa wala. Ang tanging pinanghahawakan ay pangarap at ang mga nagpupumiglas na salita sa kaniyang puso, isip at panulat. Sa kasalukuyan, pinalad na manalo sa ilang patimpalak. Ang ilan sa kaniyang mga kuwento at tula ay napasama na sa iba't ibang antolohiya. Ang unti-unting pag-unlad ng kaniyang kaalaman sa larangang ito ay utang niya sa ilang mahuhusay na Wattpad writers na nagbabahagi ng mga kaalaman sa katulad niyang nagsisimula pa lamang. Gano'n pa man, bukas pa rin sa kritiko at panibagong kaalaman na mas magpapahusay sa kaniyang panulat.

LIHAM

PARANG KAILAN LANG ay kapiling ko sila. Akalain mong limang taon na pala ako rito sa Saudi Arabia. At heto, nag-iimpake na ako ng mga gamit ko para sila ay sorpresahin. Sabik na akong makita ang mga ngiti nilang tiyak na sasalubong sa aking pagdating. Alam kong sila'y nangungulila sa akin at ako man din sa kanila. Sana'y hindi nila binibigyan ng sakit ng ulo ang kanilang butihing ina. Sandaling panahon na lamang at uuwi na rin ako para muli silang makasama. Hindi na rin ako muling lilisan pa.

Isa-isa kong isinisilid ang mga gamit ko sa aking maleta nang may kumatok sa pintuan. Sandali kong iniwan ang aking ginagawa para pagbuksan kung sino man iyon.

"Bakit?" tanong ko.

"Nardo, may liham na dumating para sa iyo," sabay abot ni Karlito ng liham sa akin. Agad din naman siyang umalis.

"Salamat."

Sabik kong binuksan ang sobre na mula sa aking kabiyak at napaluha ako sa balitang nakapaloob roon. "Sana gumaling ka na..." Ang tanging naibulong ko na na sana ay marinig ng aking asawa.

Ibinalik ko ang aking mga gamit sa aparador at isiniksik ang maleta sa ilalim ng aking kama.

Itinupi ko uli ang sulat. Isinilid sa airmail envelope. Inabot ko ang isa pang sobre. Binilang ang riyals na naipon. Ito ang sagot ko sa liham na natanggap.

LATAY

DAHIL SA PAGKATARANTA sa dami ng kaniyang ginagawa, nasagi niya ang mamahaling plorera na sinundan din ng pagkakahulog ng mamahaling baso mula sa dala-dalang tray. Umalingawngaw ang tunog nang nabasag na mga kagamitan na siyang bumasag sa katahimikan. Napalingon ako sa kaniya at nanginginig n'yang tinanggap ang aking matalas na tingin na parang sumusugat sa kaniyang balat. Napaatras siya sa kaniyang kinatatayuan nang makita akong tumayo at maglakad palapit sa kaniya.

Walang kaabog-abog kong inundayan ng palo ang kaniyang mga kamay ng tubo na sadyang itinabi ko para sa kaniyang pagkakamali. Hindi pa ako nakontento, sinapak ko pa siya, kinurot sa maseselang parte ng kaniyang katawan at sinabunutan. Umiiyak siya habang nagmamakaawa. Nangangakong hindi na mauulit ang nagawang pagkakamali. Ngunit hindi ko siya pinakinggan at ipinagpatuloy ko ang pananakit sa kaniya.

Siyang nagtitiis para lang sa kaniyang pamilya. Kinakaya ang hapdi, ang lungkot at matinding pangungulila mabigyan lamang sila ng magandang kinabukasan. Patuloy ko siyang minaltrato hanggang sa tuluyan siyang mawalan ng malay sa aking mga kamay.

Bukas, isisilid ko siya sa isang kahon.

TAGUMPAY

DUGO AT PAWIS ang ipinuhunan ko. Mga pambubulyaw at pananakit ang tiniis ko. Nakipagsapalaran ako sa ibang bansa para lamang sa inaasam kong magandang kinabukasan ng aking pinakamamahal na pamilya. Akala ko magiging madali lang ang lahat pero nagkamali ako. Akala ko kayang-kaya kong makipagbuno sa kalungkutan at pangungulila sa kanila, hindi pala. Tama sila, ang hirap. Lalo pa itong pinahirap nang bumagal ang pag-usad ng mga araw. Ang isang taon ay tila ba katumbas na ng isang dekada. Mahirap mabuhay na mag-isa sa ibang bansa subalit sa pakikipagbuno ko sa hirap ng pag-iisa ay buong tatag kong naipanalo ang laban.

Umuwi ako sa mahal kong inang bayan. Sa kandungan ng aking lupang sinilangan. Sinalubong ng init ng pagmamahal ng aking pamilya na sabik sa aking mga yakap. Iyon ang pinakamasayang sandali ng aking buhay, ang manatili silang buo na nagmahal at naghintay na ako ay muling makapiling. Mapalad akong sila ay naging matatag din para sa akin.

Noong bago ako mag-abroad, ako ay tampulan ng tukso, ng pangmamaliit at katatawanan. Dahil siguro sa aming salat na pamumuhay. Subalit ngayon ay sinalubong ako ng mga ngiti, ng mga papuri at ng mga matang hindi ko mawari kung ano ang tumatakbo sa kanilang mga isipan dahil sa kanilang maiinit na pagtanggap.

Kailangan kong manatili sa ibang bansa.

TERI MALICOT

Kasalukuyang Director ng Education Committee ng College Editors Guild of the Philippines–National Office. Siya ay naging fellow sa regional at national writers workshop. Nailathala ang ilang akda sa progresibong pahayagan, chapbooks at literary folio.

NANAY MILET

TUMANGGAP NG BALIKBAYAN BOX ang pamilya Gardon isang taon nang umalis papuntang Singapore ang kanilang Nanay Milet. Naiimbak ang mga bagong gamit na padala sa bodega. O minsan ang mga pigurin, nagsisiksikan sa paleta. Patong-patong ang canned goods at powdered drink. Hindi na rin maisarado ang cabinet sa dami ng damit. Parang isang convenience store ang hitsura ng loob ng bahay.

Sa sumunod na taon, buwan ng Disyembre, pinakaaabangan nilang muli ang pagdating ng balikbayan box. Ngunit walang padala na natanggap ang pamilya.

Hindi lang regalo sa Pasko ang kanilang ikakahon. Kundi pati mga panaginip at alaala ni Nanay Milet.

SA SUSUNOD NA LINGGO

MAG-IISANG BUWAN NA kami na 'andito sa harap ng Department of Foreign Affairs. Kung saan-saan na nga kami napadpad. Natulog sa kariton, kumalkal ng basura para ibenta sa kalakal. Sanay kami sa hirap. Hirap sa pagbubungkal ng lupang hindi amin. Magtrabaho sa bukid nang hindi namin natitikman ang aming sariling ani. Kahit ipinatong sa'ming balikat ang utang na pati ang mga anak namin ay nagbabayad. Ginawang katulong ng hacienderong nagmamay-ari ng lupang aming sinasaka. Limang taon na kaming dumudulog sa DFA. Ang sabi sa'min, wala na ho kaming magagawa. Tanggapin n'yo na lang ang kapalaran. Ano pa bang hirap ang ipapasan sa'min? Bibitayin na sa susunod na linggo ang aming panganay na anak.

DARWIN MEDALLADA

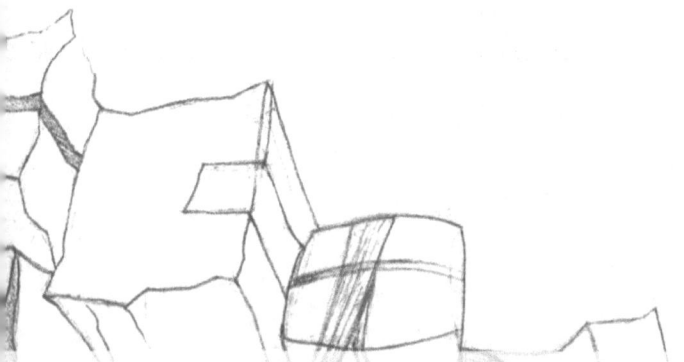

Kasalukuyang nagtatrabaho sa isang BPO company. Mahal niya ang pagsusulat ngunit kailangan niyang magtrabaho para makabili ng maraming-maraming libro. Kung tatama siya sa lotto (kahit hindi siya tumataya) ay gusto niyang magtayo ng kapihan (iyong mura lang ang presyo ng kape) at aklatan na puwedeng pumasok ang kahit sinong mahilig magbasa, matuto, at tumuklas. Kapeklatan ang ipapangalan niya. Mahal niya ang gabi dahil sa night differential sa trabaho.

BUNTOT

ILANG BUWAN NA akong nagtatrabaho sa Saudi. Ilang buwan ko na ring hindi nahahagkan ang asawa't mga anak. Araw ngayon ng pagpapadala ng pera. Kwinenta ko sa isip ang suweldo ko. Ilang riyal lang ang ititira ko, sapat lang para sa renta sa bahay, pambili ng pagkain, bayad sa tubig, kuryente at load para konektado palagi sa pamilya.

Kasing layo ng araw ang iniisip ko. Papunta ako sa Western Union sa Dammam. May bumisina. Mabilis kong nilingon ang sasakyan nang tumambad sa akin ang isang Arabong pinangangalandakan ang ari niya. Ikinawag-kawag pa na parang umaalpas sa puting *thawb** na suot niya.

Malilibog talaga ang mga puta. Malakas ang loob na mambastos ng Pilipino porket nasa teritoryo nila.

Malaki akong tao, payat, maputi kaya inakala sigurong bakla ako. Hindi pa nakuntento ang Arabo. Sumenyas, lumapit daw ako. Ipinagpatuloy ko ang paglalakad.

Akala yata nitong gagong 'to lahat ng Pinoy bakla porke't maraming bakla rito.

"Come here and suck me Filipini!"

"Fuck you! Go home and fuck your goat!" Sabay taas ng kanang kamay. Inangat ko ang kanang daliri ko at winagayway.

Padabog na sinara ng Arabo ang pinto ng sasakyan.

Matulin akong naglakad. Pinalaki ko ang hakbang ko. Nakasunod pa rin ang Arabo.

Pinasok ko ang Western Union. Naiwan ang Arabo sa labas.

Naipadala ko na ang pera sa Pinas. Tinawagan ko ang asawa ko't mga anak. Hindi na ako nakalabas ng Western Union nang makita ko sa labas ang Arabo. Galit, masama ang titig ng gagong balbas-sarado.

* *Tradisyunal na kasuotan ng mga kalalakihang Arabo.*

BALIKBAYAN

HALOS TATLONG TAON din ang lumipas nang magpasya siyang mangibang bansa para sa ikabubuti ng pamilya. Natatandaan niya pa rin ang mahigpit na yakap ng asawa at dalawang anak bago siya umalis ng Pilipinas. At ngayon nga ay nakatayo siya sa NAIA. Ninanamnam niya ang una't huling pag-uwi niya para makapiling na ang pamilya. Inalala niya ang mainit na luha ng asawang tumulo sa balikat niya. Ang pangako n'yang iaahon sa matinding kahirapan ang pamilya at magbabalik siya. Naalala niya rin kung gaano niya katinding inisip ang pagbabalik kahit hindi pa man nakaaalis. Hila-hila niya ang bagahe palabas ng airport. Ang bagaheng naglalaman ng pasalubong sa mga anak at katiting na perang naipon niya.

Nang makita niya ang mga taong may hawak na mga malalaking banner at karton kung saan nakaimprenta at nakasulat ang pangalan ng hinihintay ng mga ito ay matinding lungkot ang dumagok sa kaniya. Wala nga palang sasalubong sa kaniya. Napagtanto niya kasing isang taon na pala mula n'ung umalis sa buhay niya ang asawa. Isinama ang dalawang anak, perang pinapadala at bagong kinakasama.

SUGAT

KINAPA NIYA ANG paso ng sigarilyong nagnanana sa kaniyang braso. Marami pa iyon at sigurado siyang hindi niya mabibilang. Sa dibdib, tiyan, mukha, leeg, hita at sa iba pang bahagi ng katawan niya. Ang iba'y magaling na, may mga pagaling pa lang at may mga sariwa pa. Lahat nang iyon ay gawa ng amo n'yang Intsik na sadista. Madalas nga ay suntok at tadyak ang tinitiis niya. Paulit-ulit iyon hanggang naririnig ng amo niya ang pag-iyak niya.

Sabunot, kurot, suntok, sipa at pagdura naman ang natitikman niya sa asawa nito. Ginagawa iyon ng babae sa tuwing may nakaligtaan siyang linisin na kapiraso ng alikabok o kaya naman ay hindi maayos na nahugasan ang pinggan. Ilang araw na rin siyang nakakulong sa bodega at hindi man lang inaabutan ng makakain. Kung aabutan man ay panis na pagkain ang madalas na dinadala sa kaniya. Minsan nga'y pagkain ng aso ang nilantakan niya sa sobrang gutom niya. Naibsan ang kalam ng sikmura niya ngunit nagtae siya, kaawa-awa na ang lagay niya at maging siya ay hayop na ang tingin sa sarili niya. Nilalakasan na lang niya ang loob para sa pamilyang nasa Pilipinas. Umaasa kasi ang mga itong okay lang ang buhay niya at mayroon siyang maipapadala.

"Diyos ko, tulungan n'yo po sana akong makaalis dito. Nagmamakaawa po ako." Umiiyak siyang nanalangin isang gabi. Naniniwala pa rin siyang masasalba ng panalangin ang buhay niya hanggang sa huli.

Dumating ang umaga at nagkatotoo ang panalangin niya. Dumating ang mga pulis at inalis siya sa napakarumi at napakadilim na bodega. Sa ibang kuwarto siya dinala. May mga kasalanan ang kasama niya.

Paminsan-minsan tuwing gabi ay tatayo siya sandali. Yayakapin ang rehas. Iisipin ang Pilipinas. Pati na rin ang pamilyang kailanman ay hindi niya na mamamalas.

FRANCISCO ARIAS MONTESENA

Kasapi ng LIRA–Estropa. Kasalukuyang guro ng Panitikan, Finance at Accounting sa ABE College, Cainta. Sa pagtuturo niya nakita ang suliranin sa pagtanggap ng mga bata sa panitikan dahil iilan na lamang ang may ugaling magsulat at magbasa. Ito ang hamon sa kaniya. Siya ay naging fellow ng maraming palihang pambansa kabilang ang 8th UST National Writers Worksop, 8th Ateneo National Writers Workshop, UP Performance Poetry, at ika-5 Palihang Rogelio Sicat. Nagtamo na rin ng mga parangal mula sa Komisyon sa Wikang Filipino,Talaang Ginto at ilang pribadong institusyon.

PAG-AABANG

MABILIS LAMANG KILALANIN ang agwat ng pag-alis sa paghihintay. Mahirap ang maglanggas ng sari-saring dahilan sa mga minamahal ang isang lilisan. Tinatakpan ang mga totoo na parang banga ng tubig kapag puno na at tapos nang salukan. Ang mga nauuhaw ay hindi na magtatanong kung saan nanggaling ang iniinom, basta matighaw lamang ang nasa. Kaya hindi na naghahanap ng mga dahilan.

Gan'yan din ang paglisan. Nagmamadaling tumalilis ang isang mang-iiwan. Kung nais lamang umiwas sa mga tanong ng iiwanan ay isa lamang sa mga dahilan. Ang totoo ay higit ang sakit sa tatalilis. Mas mahirap magpigil ng luha, mas mabigat sa dibdib na hindi lumingon, ang hindi ipinta ang huling gunitang makikita.

Noong isang linggo lamang, umalis ang kapatid kong hiwalay sa asawa upang magtrabaho muli sa Abu Dhabi. Kung pang-ilang pag-alis na niya ito ay hindi ko na binibilang. Alam n'yang tutol ako sa mga pagyao't pagdating n'yang ganoon. Nang una siyang umalis ay mga bata pa ang dalawa kong pamangkin. Dahil sa ako na lamang ang walang asawa at sumunod sa kaniya, kahit hindi naman niya hiniling ay nagsa-tatay ako sa dalawa kong pamangkin.

Nakita ko ang paglaki nilang walang mga magulang. Kung paanong magkadatig lagi sa pagtulog ang mag-kuya, kung paanong kahit anong kulit nila ay sila pa rin ang nagdadamayan, kung paanong kahit halos mag-rambulan sila kapag nag-aaway (na hindi yata maiiwasan sa mga lalaki), ay sila pa rin ang magkakampi sa katapusan. Ang isang ikinabuti ng ganitong pag-alis ay napagbigkis sila ng mahigit pa sa ngalan ng dugo.

Lumisan muli ang ate ko na binata na ang dalawa kong pamangkin. Ang kaibahan lamang ngayon ay mas tanggap ng mga bata na wala sa sariling lugar ang pangarap nila para sa pamilya. Ganito rin ang hinuha kong lagay ng marami sa mga umaalis para sa pamilya. Kung mayroon lamang akong magagawa, hindi ko na nanaising makitang muli ang mga nakakulong na luha sa mga mata ng aking mga pamangkin. Ayaw nilang magsibagsak dahil 'di na raw bagay sa kanilang mga binata. Ngunit nandoon sila lagi sa mga sulok, alam ko. Dahil minsan naging tatay nila ako.

Sa paglalaro ng mga ganitong papel sa kanila ay may sarili akong pag-aabang. Na hanggang ngayon ay pinaghihintayan ko ng mga mangyayari. Mahina ang loob ko kapag nabibigo sa mga bagay-bagay. Kaya madalas sa hindi, naghihintay ako para lamang may masabing may hinihintay.

Sa katotohanan ay hindi ko alam kung ano. Nasa kalagitnaang-buhay ako na nagtatapang-tapangan para makalikha ng imaheng maaaring sandalan ng mga pamangkin kong naghihintay din. Ang kaibahan namin, sila ay tiyak ang pagbabalik ng hinihintay, ako naman ay nakalambitin sa puno ng mga tanong ang katuturan ng pag-aabang.

Sa pag-aabang nakabubuo tayo ng iba't ibang anyo ng sarili. May mapagtimpi. Sila ang mga tanggap ang mga bagay na darating. Mahinahong tinatanggap ang lahat, may kabuluhan ang lahat ng pagbabalik. Mayroon namang mga mapanghinawa. Sila ang mga hindi naniniwala sa matagal na paghihintay. Na ang bawat lumalagpas na oras ay katumbas ng paglimot ng umalis at walang katuturan ang anumang pagtanggap kung may babalik.

Ako, sa ginagawang paghihintay ay patuloy na umaasa. Ganoon naman yata talaga ang buhay, bibiruin ka at paaasahin sa una. Sa huli naman ay nagpapayakap din at sinusuklian ang lahat ng ginawang pag-aabang.

MGA BAKAS

MAGKATABI ANG DALAWANG magkapatid sa pagtulog sa sahig, mahina ang buga ng electric fan kaya kahit nakatutok sa kanila ay pawisan pa rin. Bigla, sumigaw ang bunsong nasa walong taon, "Mama!" Nagising ang panganay, inalo ang kapatid. Laging ganito gabi-gabi. Hindi sila masanay-sanay sa pag-alis ng nanay. Dalawang buwan na mula nang lumipad ito para mamasukan sa Abu Dhabi. Tapos ng Accountancy ang ina, at alam naman natin dito sa Pinas, kahit propesyunal, mangangamuhan sa ibang bansa. Makaraan ang apat na buwan, walang sulat na dumarating para sa magkapatid. 'Yung makibalita man lamang sa kaniyang mga anak. Nag-alala na ako na baka kung anong nangyari sa kaniya. Natatakot akong sa aking balikat maiatang ang pagiging magulang sa aking mga pamangkin. Hindi ako handa roon. Kaya nga hindi ako nag-asawa dahil takot sa obligasyon tapos, instant, dalawa agad ang magiging anak?

Pagkaraan ng walong buwan, may natanggap kaming balikbayan box. Puno ng gamit para sa dalawang bata. At sa may ilalim, may isang maliit na kahong nakabalot nang husto at may pangalan ko. Hindi ko muna binuksan. Sa isip ko, pagkatapos ng walong buwang walang komunikasyon, pampalubag loob ang maliit na kahon?

Nang makita kong parang hindi naman excited ang dalawang bata sa bagong damit at rubber shoes na padala ng ina, nagkunwari akong tuwang-tuwa sa sariling kahon. "Uy, ang bait talaga ng nanay ninyo, hindi pala talaga tayo nakakalimutan." Dahan-dahan kong inalis ang balot sa sariling kahon at nakita roon ang pabangong Cool Water na paborito ko, at isang gintong kwintas na may palawit na kabayo. Naalala pa rin ng ate ko na year of the horse ako ipinanganak. Ipinakita ko ito sa mga bata at tuwang-tuwang sinabihan sila ng mga ginawa ng ina para maipadala ang mga ganitong kapritso.

"Hindi po namin hiningi ang mga ito, gusto lamang namin 'yung umuwi na siya." Lumabas sila sa bahay, naiwan ang balikbayan box sa aking harapan.

Apat na taon at apat na buwan pa ang bubunuin ng kanilang ina sa Abu Dhabi. Ganoon katagal pa din akong magpapaka-ama.

PASALUBONG

UMUWI SIYANG MAY kasama. Ipinakilala sa aking mga pamangkin bilang Tito. Nagtaka ang mga bata. Kilala nila ang mga kamag-anak kaya't nagtatanong sa akin ang kanilang mga mata kung kamag-anak ba namin ang kasama ng ina. Hindi ko maipaliwanag na "Tito" rin ang itinatawag sa bagong asawa ng ina. May ngitngit sa aking dibdib. Gusto kong komprontahin ang kapatid kung bakit hindi man lamang niya inihanda ang mga bata sa ganitong pasalubong. Hindi bale na ako, o ang iba pa naming kapatid, maiintindihan namin ang pangungulila niya bilang babae. Pero ang mga bata, paano ko sasabihing "O, ang tito n'yo, bagong asawa ng ina n'yo!" Tiyak na magrerebelde ang mga ito. At iyan ang isang bagay na lagi kong ipinangangaral sa kanila. Ang hindi magtanim ng galit sa umalis na ina.

Matagal ko nang pinigil na mangyaring maglaga ng poot ang mga bata sa kanilang ina. Ang ina ay ina kahit ano pa mang anyo at kulay. Ang buong inis ko ay nasa aking ate. Dama niya ito. Sa hindi ko pagkausap sa kaniya, sa hindi ko pagtanggap sa iniaabot n'yang pasalubong. Laway na laway pa naman ako sa Nike na dala niya. Pero pinigil ko ang sarili. Kailangan n'yang malaman na talagang inis ako sa ginawa niya. "Otoy, pasensya na," bulong niya sa akin. "Nagpumilit sumama eh, matagal na kaming nagsasama sa Abu Dhabi at gusto n'yang makilala ang mga anak ko,"dugtong niya. Sa isang sulok ng isip ko, parang natutuwa ako na sa wakas tapos na ang pagiging ama-amahan ko sa mga bata. May tatayo nang iba. Nakita ko ang pangangailangan ng mga bata na magkaroon ng father figure habang sila'y nagbibinata.

Balak nilang hindi na bumalik sa Abu Dhabi. Tutal nakaipon naman sila doon para makapagsimula rito. Natuwa naman ako dahil mabait ang bitbit na ama ng ate ko para sa mga bata. Nakita ko ang malasakit ng lalake sa aking mga pamangkin. Pero tama pala ang mga kuwento na hindi lamang sa pagmamahal nabubuhay ang tao. Nang unti-unting naubos ang ipon nila at nalugi ang itinayong negosyo, nagbago ang lahat. Madalas na silang mag-away, nagsumbatan hanggang maghiwalay rin.

Nakahanda na ang ilang maletang dadalhin ng ate ko. Sa UK naman ang kaniyang destinasyon. Limang taon muli ang panibagong kontrata. Sa mukha ng mga binatilyo, hindi na sila nagtaka. Parang sanay na sila.

Pagkahatid sa pintuan sa kanilang ina, lumingon sila sa akin. Yumakap. Alam ko na, oras na muli para ako maging ama.

MARIA GRACIELLA F. MUSA

Si Gra ay anak ng isang OFW at mag-aaral ng kursong BA Film sa UP Diliman. Ang unang pelikulang ginawa nila ng kaniyang OFW na tatay ay Darna noong 8 taong gulang siya; si Gra ang gumanap na Darna at ang tatay niya ang naging direktor at camera man. Ang tatay niya rin ang unang nagturo sa kaniyang tumula; ngayon, miyembro na siya ng LIRA.

NASAAN NGA PALA ANG TATAY MO?

"NASAAN NGA PALA ang tatay mo?"

Biglang mapapahinto ako sa pagsasalita sa pag-iisip kung paano ko sasabihing OFW ang aking ama dahil ayokong iba ang maging impresyon at interpretasyon ng kausap ko sa akin, sa aking ama, at sa pamilyang kinabibilangan ko. Nais kong hanapin ang pinakaangkop na mga salita upang komprehensibo kong maipaliwanag kung ano ang pakiramdam ng isang nangungulila. Marahil kasi, isipin nilang napakasuwerte ko dahil mayroong sumusustento sa pang-araw-araw ko sa kolehiyo sa kursong Film na gustung-gusto ko pero hindi ganito ang pakiramdam ng suwerte. Sa kabilang banda, marahil kaawaan niya kami dahil sa matinding pangangailangang mangibang-bansa pa pero ayokong tumanggap ng awa dahil hindi karapat-dapat sa awa ang aking ama.

Gusto ko sabihing kasama ko siya.

Siya ang kamerang tangan-tangan ko sa aking mga kamay ngayon. Iminulat niya ako sa kagandahang taglay ng buhay. Siya ang nagturo sa akin ng pasensiya, sa paghihintay sa tamang timing. Tinuruan niya akong magpokus at humanap ng liwanag; at tamang perspektiba.

Gusto ko sabihing kausap ko lang siya kanina.

Sa Skype sa cellphone na iniregalo niya sa akin noong nakaraang taon, tinutulungan niya akong pagbutihin ang iskrip na isinusulat ko. Siya ang kapalit ko ng mga opinyon sa pagsusulat at pagpapabuti ng aking pelikula dahil lubos n'yang nauunawaan ang bisyon ko at ang sinasabi ko. Nirebisa niya ang katauhang mayroon ako at binigyan ng kulay ang banghay na isinisulat ko. Siya ang palaging nagbibigay sa akin ng magandang simula at wakas.

Gusto ko sabihing sinusubaybayan niya ako palagi.

Alam niya ang lahat ng gawain at paligsahang dinadaluhan ko. Binabaha niya ng likes ang notification bar ko sa Facebook na nakikita ko tuwing nagla-log-in sa laptop na pasalubong niya sa akin. Tulad ng mga nararanasan ng mga anak na kauuwi lamang mula sa isang paligsahan, isa siyang magulang na kukumustahin ako, "Nag-enjoy ka ba, anak?" Hindi siya nawawala sa lahat ng mga mahahalagang pangyayari sa buhay ko, gaano man iyon kaliit o kalaki. Hindi siya nagkukulang sa pagbibigay ng "God bless, anak" bago ang patimpalak at "Ang galing mo, anak" pagkatapos.

Gusto kong sabihin ang masakit na katotohanang siya ay naroroon sa bawat materyal na bagay na ibinigay niya sa akin upang pansamantala munang pumalit sa pisikal na puwesto niya sa buhay ko; ngunit gayundin at higit sa lahat, siya ay nasa mga bagay na hindi nahahawakan ng mga kamay.

Gusto ko sanang sabihin ang lahat ng ito sa kausap ko pero hindi ko kailangang magpaliwanag. Kaya taas noo ko na lang na sasabihin sa matatag na tinig at sa pinakapayak na paraan: "Nasa Oman po, OFW po siya."

LABINGWALONG TAONG KASAMA SI TATAY

KUNG SIYAM NA taong gulang lang ako nang nangibang-bansa si Tatay at labingwalong taong gulang na ako ngayon, nangangahulugang halos isang dekada na siyang OFW. Kung kada taon ay may isang buwang bakasyon siya, ibig sabihin siyam na taon at siyam na buwan lang talaga kami nagkasama sa buong buhay ko—pero kailanman hindi ko naramdamang may kulang sa akin. Ganoon siya kagaling sa paglalapat ng mga bahagi sa mga puwang.

Labingwalong taong gulang na nga ako at beybi pa rin ako sa mga mata ni Papi siguro dahil hindi niya talaga nasubaybayan ang mga pisikal na pagbabago sa akin at ang tanging napanghahawakan lang n'yang alaala ko ay iyong malinaw na imahen ko mula noong ipinanganak ako hanggang sa ikasiyam na taon ko. Gayunpaman, dahil sa mga kuwento ni Nanay sa pamamagitan ng text o paminsan-minsang call na kalauna'y naging chat hanggang video call, nakabubuo si Tatay ng mga bago at rebisadong imahen ko sa kaniyang isipan upang buhayin ang mga kuwentong iyon na hindi niya pisikal na nakikita.

Sa totoo lang, ang mga pinakamagagandang alaala ko kasama siya ay naroon din sa mga taon ng aking kamusmusan (noong hindi pa siya nangingibang-bansa). Siya kasi ang nakakaintindi at nagpapaigting ng kapilyahan at imahinasyon ko bilang bata. Kasama ko siya sa maraming bagay tulad ng pagbili ng mga kendi sa tindahan; pakikinig sa mga kanta ng Aegis, Asin, The Beatles, at ni Bob Marley; pagkuha ng mga larawan at videos; at ang pinakapaborito kong gawain sa lahat, ang pagdurugtungan ng mga magkakatugmang linya habang naglalakad papuntang paaralan.

Marami na ngang nagbago. Ako na ang sumasama sa bunsong kapatid kapag gusto n'yang bumili ng kendi sa tindahan. Nauunawaan ko na ang tema ng paghihirap sa mga kanta ng Aegis, naisasapuso ko na rin ang mga kantang makabayan ng Asin, hindi na sa akin mawala-wala ang pagkahilig sa The Beatles, at naisasabuhay ko na rin ang tema ng pakikipagkapuwa sa mga kanta ni Bob Marley. Marunong na rin akong kumuha ng mga makabuluhang larawan at nakagagawa na rin ng mga maiikling pelikula. Higit sa lahat, mag-isa na rin akong pumapasok sa unibersidad at nakapagsusulat na rin ng sariling tula para sa kaniya. Kahit hindi ko siya pisikal na kasama, nananatiling kasama ko siya sa loob ng aking sistema. Ang siyam na taong ipinundar niya sa pagtatag ng pundasyon ko ay ganoon katatag, na kaya n'yang tumayo sa sariling mga paa nang higit pa sa siyam na taon.

Ipinagpapasalamat ko ang siyam na taong nakasama ko siya dahil sa mga taon na iyon, nakita ko ang pagmamahal ng isang ama; gayundin, ipinagpapasalamat ko ang siyam na taong hindi ko siya kapiling dahil naramdaman ko ang tunay na kahulugan ng pagmamahal at pagiging magulang. Wala namang iba pang maaaring maikuwento pero maraming maaaring ipagpasalamat sa taong naging ako dahil sa kaniya.

Kung siyam na taon na siyang OFW, ibig sabihin siyam na taon na rin siyang naghihirap sa pagdodoble-kayod sa paghahanap-buhay at sa pagpapaliit ng distansya sa pagitan namin, para sa amin.

Ngayon, nasa ikalawang taon na ako ng paninirahan sa dormitoyo ng unibersidad at nakararamdam ng 'sangkapat na bahagi ng ganoong pakiramdam ng pagkalayo sa tahanan, na isa lang sa mga kinakaharap n'yang paghihirap. Lalong tumataas ang respeto at paghanga ko sa aking tatay sa pagkakatanto kung paano niya pinaghirapang ipagkalaoob ang ibang klaseng labingwalong taon ng buhay ko.

DJHAEMY NAZARENO

Kasalukuyang nakikipagbuno siya sa katamaran sa ilalim ng kursong Edukasyon sa PUP. Mahilig magbasa, magsulat, tumugtog ng gitara, kumain, at matulog. Nakatira sa Mandaluyong. Anak ng isang OFW.

MABINI

SA DINAMI-DAMING beses na nadaanan niya ang kahabaan ng Mabini, hindi na bago sa kaniya ang makakita ng mga pulubi na nakatanghod sa mga bangketa, mga Pinay na may hawak na malalaking shoulder bag sa kaliwang kamay at plastic envelope sa kanan, mga KTV bar na sarado pa pero sa labas ay may mga bakla at dalagang nakapustura na, mga matitipunong Pinoy na may malalaking bag at yosi, at mga dayuhan na lumalabas galing sa mga hotel, minsan kasama ang mga Pilipinang nakuha sa mga bakla sa harap ng mga KTV bar.

Noong nakaraang may sakay siyang papuntang Harrison Plaza ay may nakasakay siyang grupo ng mga kababaihan. Sigurado siya na nangangarap makapag-trabaho ang mga ito sa ibang bansa. Marami na siyang nakasabay na tulad nila—nakapustura kahit halatang pagod na sa pagbitbit ng bag at paghawak ng mga papeles at nagniningning ang mga mata sa pag-asa. Kinikilig silang nagkukuwento tungkol sa kung gaano kaguwapo ang nag-interbyu sa kanila (siguro sa ahensiya). Hindi magkandamayaw ang kanilang mga ngiti at kilig habang nagkukuwento lalo na nang ipagmalaki nang isa na marunong mag-Tagalog ang banyaga.

Napailing na lamang siya at tumingin na lamang sa kanang bahagi ng daanan.

Natuon ang pansin niya sa isang taxi na pinara ng isang bakla sa kanto ng isang bar. May kasamang dalawang babae at dalawang dayuhan ang bakla na masayang tinutulungan ng taxi driver na maglagay ng mga bagahe sa likod ng taxi.

Bumilis ang jeep na sinakyan niya kaya nalipat ang tingin niya sa mga pami-pamilyang nagkalat sa Mabini at nakatanghod sa mga bangketa. Karamiha'y natutulog pa sa isang karton na pumuproteksiyon sa marungis nilang balat mula sa malamig na semento. May ilan na nagkukuwentuhan malapit sa isang pension house at ang iba naman ay nag-aayos ng kanilang mga damit na isinampay sa mga bakod, pader, poste at kable ng kung ano-ano. May mga batang hubad na umiiyak, takureng may maiitim na puwetan, matatalas na tingin, bunging ngipin at makakating ulo.

Saan kaya sila nagpupunta kapag umuulan ng malakas at bumabaha?

Nang dumaan sa simbahan ang jeep, napailing na lamang siya sa hanay ng mga establisimiyento. Sa gilid ng simbahan ay may mga hotel, may mga KTV bar sa likod at gilid ng simbahan, may Catholic school din na sa pagtawid ay may KTV bar ulit.

Ano na lang ang sasabihin ng ating bayaning si Mabini sakaling makita niya ang kaniyang kalye?

"Porket ba lumpo ako, puro mga kalapating mababababa ang lipad ang nasa kalye ko?"

Sumalangit nawa.

I LOVE YOU

"BI, TATLONG LIBO lang ipinadala ko. Basta dalhin mo 'yung ID na may parehong address na sinend mo sa'kin. Ikaw na bahala gumastos."

"Sige Ma, thank you."

"Sige Bi, ba-bye na."

"Bye."

"Ay Bi—"

Binaba niya na pala.

Hindi ko man lang nasabi ang gusto kong sabihin; ang tatlong salitang higit limang taon ko nang hindi nasasabi sa kaniya kahit sa text o sa email lalo sa tawag na ngayon ko na lang muling nagawa mula nang mangarap ako ng magandang buhay para sa pamilya ko at napagpasyahang mangibang-bansa.

"Joanna," nakangiting sabi ni Marco nang pagbuksan niya ako ng pinto.

Pilit kong ngumiti, at matapos naming yakapin ang isa't isa ay sabay kaming nagtungo sa sala.

"Kumusta? Nagkausap ba kayo ni Jaimie? Sabi mo magbi-birthday na siya. Mag-iilang taon na ba siya?"

Tinanggal ko ang jacket ko at umupo, "Oo." At napaisip ako kung ilang taon na nga si bibi. Magse-seventeen pa lang ba o magdi-disi otso na?

"O eh bakit parang malungkot ka?" Inabutan niya 'ko ng tsaa sabay inakbayan matapos umupo sa tabi ko.

Pa'nong 'di ako malulungkot? Edad ng kaisa-isa kong anak, 'di ko pa sigurado. Naging mabuti ba talaga akong ina?

Matagal akong hindi nakasagot. Tinitigan ko lamang ang berdeng tsaa sa puting tasa, tinitiis ang nakakapasong init na hindi kayang tumunaw sa kalamigan ng aking damdamin.

Kinagat ko ang ibabang labi ko at tumingin sa mga mata niya, "hindi ako nakapag-I love you eh."

Nabitiwan ko ang tasa.

LIMANG LIBONG PISO

"BAKIT HINDI N'YO po kinuha agad, Ma'am?" tanong ng teller sa Cebuana Lhuillier nang mapansing ilang linggo na palang hindi na-claim ang pera-padala na naka-address sa akin.

Natigilan ako.

Ayoko po kasing tanggapin 'yung binigay ng napakabuti kong ina. Bakit po kamo? Para naman po maalis sa isip niya na hindi kayang tumbasan ng limang libong piso o higit pa ang mga taon na sadya n'yang ipinagkait sa akin na maaari namang iniuwi niya na lamang dito kung hindi lang siya nagpalamon sa pride at egocentrism niya. Gusto ko lang po sanang ipabatid na kahit kailan ay hindi mapapayapa ng limang libong piso o higit pa ang paghihimagsik ng malamig kong damdamin sa kung bakit ganoon na lamang ang pakikitungo sa akin ng ina ko na tila hindi sabik sa anak—hindi sabik sa akin. Gusto ko lamang po sanang ipabatid sa ina ko na kaya kong mabuhay kahit wala 'yang limang libong pisong padala niya dahil nabuhay naman ako, natuto at nagkaroon ng maayos na pag-iisip o pananaw sa buhay sa loob ng labing tatlong taon nang wala siya lalo na 'yang limang libong piso niya. Gusto ko po sanang ipabatid na kahit kailan, hindi mukhang pera ang nanay niya na nag-alaga sa akin simula nang umalis siya. Hinding-hindi siya mauulol sa limang libong piso o higit pa na padala ng ina ko dahil ang gusto niya ay ang umuwi na lamang siya at alagaan ako. Gusto ko lang po sanang ipabatid sa ina ko na nagmumukha siyang plastik at trying hard dahil sa pagpapadala niya ng limang libong piso o higit pa. Gusto ko lang din pong ipabatid na hindi pa rin ako magiging okay, hindi pa rin mapaglalapit ng limang libong piso ang layo ng kalooban ko sa kaniya—na higit pa sa layo ng Hong Kong o ng Macau o kung nasaan man siya ngayon, dito sa kalooban kong pinatigas niya mismo. Gusto ko lang ipabatid sa kaniya na hindi matutumbasan ng limang libong piso o higit pa na padala niya na nagsilbing regalo niya ngayong ikalabing walong taong kaarawan ko sa lahat ng importanteng pangyayari sa aking buhay na hindi niya man lang nasaksihan. Gusto ko lamang po iparating na hindi na ako ang bibi na iniwanan niya matapos ang ikalimang kaarawan nito; bungal at umiiyak na hinahanap siya isang umagang nagising siya na wala na sa tabi niya ang kaniyang mahal na ina na ngayon ay namulat na sa katotohanan at kasalukuyang tinatanong ang mga engkanto at bituin kung bakit. Bakit nagkaganoon ang kaniyang ina? Bakit parang hindi anak ang turing niya sa akin? Sadya bang makakalimutan ng isang tao ang maging ina dahil lang sa na-miss niya ang pagka-dalaga niya nang manganak sa akin? Gusto ko lang po sanang ipaalam sa kaniya na kaya kong hindi kunin ang limang libong piso n'yang padala. Pero ngayon ay kukunin ko ang padala niya—dahil gusto ko. Dahil gusto kong bigyan ng pera si Nanay—si Nanay na nagpalaki sa akin, na nagtiis at nangunsumi sa akin at sa lahat ng kabalintunaan ko sa aking buhay. Gusto ko lang din po sanang iparating na wala akong pakialam sa limang libong piso o higit pa na padala niya; dahil ang nais ko lamang ay ang maging ina siya sa akin at hindi ang padala n'yang limang libong piso. O higit pa.

At ang tanging sagot ko lang nang iabot ng teller ang pera, "Magkaaway po kasi kami ng nanay ko."

MICHAEL THOMAS NELMIDA

Tiyambang nasungkit ang Ikatlong Gantimpala para sa patimpalak para sa pagsulat ng tula sa UE noong Marso 2015. Ang premyong kaniyang napanalunan ay nilaan sa isang pang-kasaysayan na gawain. Sa ngayon sundalo ng eduAKSYON gamit ang wika at kasaysayan. Nagpalakadalubhasa sa PNU upang imulat at gisingin ang mga natutulog na damdamin ng kabataan.

TRIP

KANINA, NAKATANGGAP AKO ng overseas call mula sa aming kapitbahay.

Huwag kang mabibigla, ang anak mong si Miguel, nag-shabu. Nag-trip. Tumalon mula sa 2nd floor ng kanilang school.

Dali-dali akong pumunta sa amo kong Intsik para mag-CA.

Sumisinghot siya ng pulbo at sabi, "No! You advance six months. If you want borrow, jump first in building then back to me."

X-BOX

NAKAKATAKAS KAMI SA realidad ng mundo sa pamamagitan ng paglalaro ng X-box kina Aling Nena. Hulog lang ng piso. Walang humpay na pagpindot sa console. Parang naging superhero sa halaga ng barya. May sound effects. Ikaw pa ang bida.

"Kuya isa na lang," yakag ni Luis.

Paalis rin naman ako. Pagbigyan ko na ang bunsong kapatid ko. Matagal kaming magkakawalay para sa dalawang taon kong kontrata sa Saudi Arabia.

Naipangako ko sa kaniya, sa aking pagbabalik ay hindi na kami muling tatakas pa sa aming nakagisnang mundo.

PARUPARO

ANG DIASPORA AY parang paruparo. Na binalian ng pakpak. Balang araw sila ay papagaspas.

"Naisanla na ang sakahan. Nabenta na ang baka at kalabaw. Kulang pa rin ang 50k."

Maaari raw akong lumipad basta sumunod sa utos niya.

Bago ako pupunta sa airport, may kasintigas ng bato na nakasilid sa kapsula. Pilit ipinasok sa aking bulaklak.

Pagkatapos, lumipad akong parang paruparo.

TRICIA OKADA

Siya ay Pilipinang may lahing Hapon na ipinanganak at lumaki sa Maynila. Nagsimula ang kanyang buhay bilang migrante sa Japan mula nang nakakuha siya ng iskolarship para sa kanyang Masters sa Sosyolohiya sa Osaka University. Bukod sa pagtuturo at pananaliksik ng gender, migration, at socio-linguistics, siya ay mahilig at abala sa teatro, potograpiya, at pelikula.

DAMPI

BIGLA SIYANG NAGISING sa akala n'yang tinatawag siya ng nanay niya ngunit boses pala ni Hiromi, ang kasintahan n'yang Haponesa.

"*Pa-to-ri-ku, shiji da yo. Okinasai.* (Patrick, alas siyete na. Gising na!)"

Mararamdaman niya ang dampi ng halik ni Hiromi sa kaniyang noo. Matagal-tagal na ring hindi siya nakakauwi subalit makikita sa kaniyang kuwarto ang mga litrato, mga pagkain tulad ng dried mangoes, Choc Nut, at patis na padala ng kaniyang nanay. Makikita n'yang hinahanda ni Hiromi ang almusal. Kakainit lamang ang natitirang adobo na niluto ni Hiromi kagabi kaya maaamoy ito sa buong kuwarto. Bigla siyang nagutom at tumayo.

Dalawang taon na ring nagsasama sina Hiromi at Patrick ngunit nakakapagtaka dahil kailanman hindi pa napag-uusapan ang kasal.

Huling tawag at usap ni Patrick sa nanay niya tinanong siya.

"Kailan ba kayo magpapakasal para mabigyan ninyo na ako ng apo?"

Hindi tradisyonal mag-isip ang nanay ni Patrick bagama't ang kanilang pamilya ay mga Katoliko. Hinayaang pumunta si Patrick sa Japan para mag-aral ng PhD at hindi rin isyu ang lahi ng kasintahan ni Patrick. Sa lahat ng mga naging kasintahan ni Patrick, si Hiromi lamang ang nagustuhan ng nanay niya.

Sa unang pagkakakilala ng nanay kay Hiromi kinabahan si Patrick subalit mali ang kaniyang kutob.

"Gusto ko si Hiromi para sa iyo. Ramdam kong aalagaan ka at mabuti siya para sa iyo," sabi ni Nanay.

Kapag naalala ni Patrick ang mga salitang ito lalo n'yang nararamdaman ang kaniyang pagmamahal kay Hiromi.

Habang masaya nilang kinakain ang adobo biglang nasabik si Patrick na tawagan ang kaniyang nanay upang sabibing tama siya at nais na n'yang pakasalan si Hiromi.

Tanong ni Hiromi, "Masarap?" Sagot ni Patrick, "*Oishii.*"

Tutunog ang telepono at sasagutin ni Hiromi. Biglang hahagulgol si Hiromi.

"Anong nangyari kay Nanay?" Tanong ni Patrick.

Sa pagtitig ni Patrick sa mga mata ni Hiromi, ramdam n'yang may masamang nangyari. Biglang bumigat ang kaniyang dibdib at ninais na sana hindi pa huli ang lahat. Iyan ang pinakakinatatakutan niya. Ang umuwi dahil sa may sasalubong na masamang balita. Ito ang isa sa mga pinakakinakatakutang tawag ng mga migranteng Pinoy.

Habang tuloy na umiiyak si Hiromi, tulala pa rin si Patrick. Yayakapin ni Hiromi si Patrick at sa yakap na iyon, pakiramdam ni Patrick na niyayakap siya ng nanay niya. Hahalikan ni Hiromi ang noo ni Patrick at ipipikit ni Patrick ang kaniyang mga mata. Naalala niya ang dampi ng halik ng kaniyang nanay at sa pagkakataong iyon doon lang niya muling naramdamang nakauwi na siyang muli.

SUKAT

HIGIT NA MAGDADALAWANG taon nang magkatrabaho sina Jho at Benny sa isang internasyonal na kompanya sa Tokyo. Halos lahat ng mga una nilang karanasan bilang dayuhan ay sabay nilang naranasan kaya't sila ay naging malapit sa isa't isa.

"Paano mo pala agad nalamang Pinay ako?" tanong ni Jho habang nagsusukat ng damit sa fitting room ng Uniqlo.

"Sa balakang," patawang sagot ni Benny na naghihintay sa labas ng bihisan.

Natawa si Jho. "Sa bagay, kumpara sa mga Haponesa higit na lamang kami roon." Sinusukat ni Jho ang isang simple subalit eleganteng damit. "Tumaba 'ata ako?"

"Malamang, dahil hindi ka na sumasama tumakbo," hirit ni Benny. Maporma at maingat si Benny sa kaniyang katawan. "Pero seksi ka pa rin naman at iba lang talaga ang sukat ng mga babae rito," bawi ni Benny nang manahimik si Jho.

"Libre kita sa susunod na suweldo," hirit ni Jho nang papalabas siya mula sa bihisan. Hapit ang damit sa hugis ng kaniyang makorteng katawan. Hahalikan ni Benny si Jho sa noo.

Kinabukasan tinagpo ng dalawa ang mga magulang ni Benny sa Prince Hotel sa Tokyo para sa maghapunan.

Pinakilala ni Benny si Jho sa kaniyang mga magulang. "Joanna po," pakilala ni Jho sa kaniyang sarili.

"Taga saan ka sa atin iha?" tanong ni Marina, ang nanay ni Benny.

"Sa Pasig po, sa may Kapitolyo," sagot ni Jho.

"Naku, ang trapik-trapik na doon," hirit ni Ernie, tatay ni Benny.

"Kaya nga wiling-wili na kami rito manirahan sa Japan dahil walang trapik," dagdag ni Benny.

Sa buong hapunan, pinag-usapan nila ang pamumuhay sa Japan at kung ano ang kasalakuyang kondisyon sa Pilipinas. Natutuwa sina Marina at Ernie sa nakikitang malapit na kemistri ng dalawa. Hihingi ng paumanhin si Marina para pumunta sa banyo at sasamahan siya ni Jho. Biglang tumahimik at nagkaroon ng tensyon nang naiwan sina Benny at Ernie.

"Pa, gusto mong uminom? Sake o whisky?"alok ni Benny.

"Sige, scotch on the rocks," tugon ni Ernie. Habang hinihintay nila ang order, biglang nagsalita si Ernie. "Wala ka bang planong umuwi? Gusto ko nang mag-retire at kailangan na ng kapalit sa family businesss natin. Ikaw ang boss, mag-uutos, hindi ang uutusan. May sarili kang mga tauhan. Ayaw mo ba no'n?" Hindi sasagot si Benny. "Panganay ka pa naman," dagdag ni Ernie. Darating ang mga inumin.

Babalik sina Jho at Marina na parang matagal na silang magkakilala. "Taga-Batangas pala ang nanay ni Joanna kaya kilala nila ang mga Barrion at Orosa at may lahi palang Haponesa si Joanna kaya ang ganda ng halo," pinagmamalaking sinabi ni Marina. Mahinhing ngingiti si Jho. "Nagsimula na kayong uminom?"

Mapapansin ni Jho na tahimik si Benny. "Tita, may gusto ba kayong inumin?"

Itatagay ni Ernie ang Hibiki whisky. "Marina, maaga pa b'yahe natin bukas."

"O baka kape at dessert gusto ninyo?" alok ni Jho.

"Naku, ayoko na mag-dessert sa gabi, diretso iyan sa balakang ko iha. Ang papayat ng mga Haponesa," patawang sagot ni Marina. "Kunin mo na ang bill, Ernie."

"Ako na ang bahala Ma," tugon ni Benny. "Magpahinga na kayo at marami pa tayong lakad."

Nagpasalamat at nagpaalam ang mga magulang ni Benny. Naiwan sina Benny at Jho sa restaurant. Nag-order ng whisky si Jho para sabayan si Benny na uminom.

"Kampai," tatagay sina Jho at Benny. Hindi na kailangan tanungin ni Jho ang nararamdaman ni Benny ngunit gusto niyang iparamdam sa kaniya na handa siyang makinig.

"Jho, salamat talaga ha. Mukhang nagkasundo kayo ni Mama ah. Malimit iyon kasi mapili si Mama, espesyal ka lang talaga. Saka pasensya na kay Papa. Gan'un lang talaga iyun." Maaalala na naman ni Benny ang huling usapan nila ng tatay niya. Matagal at nagsikap si Benny mangibang bansa upang maranasan ang umalis sa comfort zone at mamuhay nang malaya. Walang dudang ipinagmamalaki niya ang narating niya ngayon. "Ang mahalaga napakilala kita at nagustuhan ka nila. Sa ngayon, sapat na iyon."

"Salamat din. Naaliw ako sa mama mo. Saka ang papa mo, cool lang, parang tatay ko." Mapapatigil si Jho nang biglang tumunog ang telepono. "Andito na si Yuri. Gusto mo matulog sa bahay?"

"Naku huwag na. Ayokong maabala kayo. Kailangan ninyong dalawa ng oras. Maya-maya pa ako uuwi. " Masaya si Benny para kay Jho at sa kaniyang Haponesang life partner. Mas malapit pa siya sa kanila kaysa sa kaniyang kapatid na babae. Kapag nakakasama sila at ang community, pakiramdam n'yang may pamilya na rin siya rito sa Tokyo.

Tatayo si Jho, yayakapin mula sa likod si Benny at hahalikan sa ulo. "Basta anytime welcome ka sa bahay. Ingat ka ha at text mo ako kapag uwi mo."

Habang pinapanood ni Benny umalis si Jho at mawala sa kaniyang paningin, naisip niya na kung kailanman ay may posibilidad na magkatuluyan sila. Lahat posible subalit ngayon hindi niya masukat ang posibilidad. Oorder pa siya ng isang whisky. Kukunin ang telepono at bubuksan ang Grindr app, isang kilalang app para sa mga lalaking naghahanap ng isang gabing pagtatalik sa kapuwa lalaki.

PANA-PANAHON

MAG-ISA SI MEL sa kuwarto at tumitingin ng mga damit sa kabinet.

"Kumuha ka lang diyan. Huwag kang mahihiya." Maririnig ang boses ni Alma na may-ari ng bahay. Siya ay 46-taong gulang na permanenteng residente sa Osaka. Si Mel, 27-taong gulang ay bagong salta bilang iskolar ng gobyero ng Japan.

Tuloy sa paghahalungkat ng mga damit si Mel. Papasok si Alma sa kuwarto at makikita si Mel na nakaharap sa salamin hawak ang pulang damit na panlamig.

"Isukat mo kaya para makita ko. Bagay ang kulay na iyan sa iyo." Mahinhin na isusukat ni Mel ang damit habang naghahanap si Alma ng bonnet at balabal. "O hayan isuot mo para kumpleto na ang winter outfit mo."

Balot na balot si Mel mula ulo hanggang paa. "Ganito po pala ang pakiramdam ng taglamig, parang suman." Natawa si Alma at naalala niya ang sarili niya kay Mel noong una siyang dumating sa Japan bilang estudyante mahigit dalawang dekada na ang nakaraan.

"Ganyan talaga. Namnamin mo ang pagbabago ng bawat panahon lalo na't unang taon mo rito." Ngingiti si Mel at kitang-kita ang galak sa kaniyang mga mata. Yayain ni Alma maghapunan si Mel sa bahay dahil sabik siya sa mga bisitang estudyanteng Pinoy. Nagkakilala ang dalawa sa simbahan kung saan makikita ang karamihang imigranteng Pinoy. Hindi lagi nagsisimba si Alma tuwing Linggo maliban sa mga araw na gusto n'yang magsalita ng Tagalog. Si Mel naman ay nagsisimba tuwing Linggo na hindi niya gawain noong nasa Maynila pa siya. Subalit ngayon, nahihimasmasan ang pangungulila niya sa bayan kapag siya ay nagsisimba.

"Marami ka bang kaibigang Hapon?" tanong ni Alma. Sesenyas na hindi si Mel. "Kung gusto mong gumaling mag-Hapon, kailangan mong lawakan ang network mo sa labas ng simbahan at makihalubilo sa mga Hapon. Siguraduhin mo lang na hindi ka nila pagpapapraktisan ng Ingles. Nag-aaral ka ba ng Nihongo?"

"Opo. Pero kahit anong aral ko po hindi ko pa rin maintindihan ang Osaka ben," isang dialekto ng mga taga-Osaka na kakaiba sa pamantayang wikang Hapon ang tinutukoy ni Mel.

"Naku, pagtiyagaan mo't gagaling ka rin. Importante iyan. Marami kasing mga imigranteng matagal na rito ngunit hindi pa rin marunong mag-Hapon kaya nagkakaproblema sila." Mapapatigil si Alma. "Pero alam mo minsan parang masaya ring hindi mo naiintindihan iyong lenggwahe nila dahil may nakukuha kang saya 'pag misteryo, hindi ba?"

Magmamasid si Mel sa bahay at makikitang ayos na ayos ang mga kasangkapan. May litrato ng pamilya ni Alma kasama ang kaniyang dalaga. "Ano po ang pangalan ng anak ninyo?" tanong ni Mel. Haruna, ang 20 taong gulang na kaisa-isang anak na nag-aaral sa Berlin bilang iskolar, ay sumusunod sa mga yapak ng kaniyang ina. Mula nang tinanong ni Mel ang anak ni Alma, wala na siyang bukambibig kundi ang kaniyang dalaga at sa tono ng kaniyang pagsasalita ramdam ang pagka-miss sa kaniyang anak. Uuwi raw si Haruna sa tagsibol kaya't ipapakilala kay Mel.

"Ipinangalan ko siyang Haruna dahil pinanganak siya sa tag-sibol," kuwento ni Alma. "Napakaganda talaga ng tagsibol. Napakasaglit kaya kailangan habulin."

May maririnig na nagbubukas ng pinto. Papasok ang mister ni Alma. Saglit na babati ang mister at diretsong papasok sa kuwarto at magkukulong. Ramdam ang lamig sa relasyon ng mag-asawa. Inalok ni Alma si Mel na matulog na lamang doon dahil hindi na rin siya aabot sa huling tren. Tinanggap ni Mel ang imbita sapagkat ayaw rin n'yang maramdaman ang lungkot ng pag-iisa kapag umuwi siya. Naisip din niya na sa panahong iyon kahit saglit, gusto n'yang samahan si Alma na kahit may asawa ay parang mag-isang naninirahan sa bahay na iyon. Napasarap ang usapan ng dalawa habang umiinom ng beer.

Sapagkat galak na galak si Mel sa kauna-unahan n'yang karanasan sa apat na panahon, tinanong niya si Alma kung ano ang pakiramdam nito. "Nagka-boyfriend ka na ba? Ang winter parang lalake iyan, malakas at unti-unting lalamig. Ang tag-sibol, ang cherry blossoms, ang sakura..." Mapapatigil at biglang matatawa si Alma. "Parang bading...ang ganda lang niya e. Ang haba ng hair." Tuluyan silang magtatawanan.

"Alam ko na," hirit ni Mel, "ang tag-init, summer...parang tomboy?"

"P'wede! Galing mo ha! E ang autumn, taglagas, ano?" tanong ni Alma.

"Parang babae?" hirit ni Mel.

"Tama. Madrama!" dagdag ni Alma. Hahalakhak sila hanggang maririnig ang dabog ni Mister mula sa taas. Pabulong na yayayain ni Alma si Mel na matulog na. At sa pagkakataong iyon, biglang niyakap ni Mel si Alma para lang iparamdam na hindi siya nag-iisa. Binalik ni Alma ang mahigpit na yakap at nagpasalamat.

"*Oyasumi nasai**," bati nina Alma at Mel bago patayin ang mga ilaw at pumunta sa kani-kaniyang kuwarto. Bago matulog si Mel naalala niya muli ang mga nangyari ng gabing iyon. Nais pa n'yang kilalalanin ang pagkatao ni Alma bilang kaibigan, ate, ina, Pinay at babae. Kutob n'yang magiging malapit siya kay Alma. At sa gabing iyon, unang beses n'yang matulog nang malalim at mahimbing mula nang unang dating niya sa Osaka.

* *good night*

WILMOR PACAY III

Siya ay guro sa Senior High School Department ng Treston International College kung saan siya nagtuturo ng Creative Writing, Media and Information Literacy, at Philippine Government and Politics at nanunungkulan bilang academic coordinator. Nagtapos siya ng kursong Edukasyong Pansekundarya sa PNU at nanungkulan bilang editor-in-chief ng *The Torch*. Naging writing fellow siya sa mga sumusunod na palihan: Eros Atalia Fiction Writing Clinic, Center for Creative Writing ng PUP, at ng Center for Creative Writing and Literary Studies ng UST. Kasapi siya ng Kataga–Manila-South at nagsusulat ng mga tula, sanaysay at katha para sa *The Sunday Times Magazine*.

BAGONG ARALIN

SA HUMIGIT-KUMULANG APAT o limang taon kong pagtuturo, hindi ko na mabilang kung ilan sa mga ka-batch ko ang sa halip na nasa loob ng paaralan ay mas piniling mangibang-bayan. Titser din ba sila lahat doon? Ang iba, oo. Ang karamihan ay hindi. Kung Facebook at Instagram posts ang pagbabatayan, maaaring masabing nagkaroon sila ng 'kaunting pag-asenso' sa buhay kung ikukumpara sa tulad naming naiwan dito sa bansa at yumakap sa 'sumpa ng pagtuturo' kung tutuusin. Ang iba pala sa amin ay yumakap sa pagiging call center agents. Isang significant career shift mula 'Good morning class! How are you today?' patungong 'Good day maam/sir, how may I help you? Thank you for calling maam/sir, have a nice day ahead.' Sa kanilang mga naging OFW, sa aming nanatiling maging guro, sa kanilang pinasok ang BPO industry—walang sinuman ang may karapatang magtapon ng mapanghusgang mata—lahat naman tayo ay biktima ng hindi pantay na pagkakahati ng yaman ng bansa at ng mapang-aping sistemang patuloy na nagpapalala sa ating kani-kanyang kalagayan.

Sa tuwing nagkaklase ako sa DPX 11, umaagaw ng aking pansin ang isa sa 20 estudyante ko na si Jen Mishima (hindi tunay na pangalan)—ang dilim ng kaniyang mukha at lamlam ng kaniyang mga mata ay talaga namang nakababahala. Wala talaga rito ang isip niya—lumilipad, nangingibang-bayan. Bukod pa sa lagi n'yang pinipiling sa dulong-dulo umupo, hindi rin siya masalita at madalas na huli o liban sa klase. Bakas sa kaniyang kabuuang pagkatao ang kawalan ng interes at atensyon sa aking itinututuro. Sa tuwing nalalagay ako sa ganitong sitwasyon, hindi ko maiwasang maisip ang mga kuwento ni Genoveva Edrosa-Matute—*Kuwento ni Mabuti, Walong Taong Gulang* at *Paglalayag sa Puso ng Isang Bata*—sa mga kuwento kasing ito naipakita ang matingkad na impluensya ng titser sa kaniyang mag-aaral, vice versa. Ngunit ayaw ko namang ganoon ang maging kalagayan sa akin. Hindi ito akma sa aking personalidad. Hindi mataas ang emotional attachment ko sa mga estudyante ko.

Kaya matapos ang klase ay nagpasya na akong agad na ipaiwan si Jen upang kausapin. Kung grade sheet ko ang kokonsultahin, wala akong mahihita kay Jen—walang laman ang kaniyang mga seatwork, assignment at lalong wala siyang project.

"Jen, ayaw na kitang i-report pa sa guidance office, ano bang problema?" mahinahon kong tanong sa kaniya. "Alam mong hindi ka p'wedeng pumasa sa subject na ito, at sa iba mo pang subject dahil d'yan sa ginagawa mo," pagpapatuloy ko.

"Wala na talaga akong ganang mag-aral sir!" sagot niya matapos magpakawala ng ilang buntong-hininga.

"Mas gugustuhin ko pang magtrabaho na lang, o tumambay o magpalaboy kaysa makulong sa pag-aaral. Sir, kinalakihan ko na ang pagbabalik-balik ni Mama sa Japan pero ngayon ko lang nalaman ang kaniyang pagiging Japayuki. Pati si ate, gan'un din," nangingilihid na ang kaniyang luha sa pagbulalas nito.

Napatda ako sa kaniyang sagot. Parang ako ang biglang natanong sa isang graded recitation na hindi ko masagot-sagot. Hindi ko siya mahawakan o matingnan man lamang. Sa isang biglang tagpo ay napagtanto kong ako ang dapat na marami pang matutuhan. Marami pa akong higit na kailangan malaman sa lipunan. Lahat ng ito labas sa mga natutuhan ko sa wika at panitikan. Si Jen, ang kaniyang ina, at ngayon naman, ang kaniyang ate sa Japan.

MATCHING TYPE

BUONG AKALA KO ay ikakasal talaga ako sa chalk at blackboard. Ilang taon na rin naman ang lumipas—at ilang estudyante na rin ang nag-hi-sir-bye-sir sa akin. Mabilis ang phasing sa college teaching. Per-sem o per-term ang love-hate relationship depende sa eskwelahan. Para sa akin, sa humigit-kumulang limang taong on-and-off na pagtuturo/pagtatrabaho/pagpapakasakit, nakamit ko na ang critical stage ng aking teaching career. Mananatili ba ako sa 'kadakilaan ng bokasyong' ito o tutularan ang unang naging titser sa pamilya na si Tita Rowena. Si Tita Rowena, ayun, mukha pa ring bata kahit higit singkwenta anyos na at masaya ang buhay may asawa sa Italya. High school pa lang ako nang siya ay mangibang-bayan.

Php 18, 549 ang monthly basic salary ng isang public elementary o high school teacher sa bansa—napakababang suweldo nito para sa anim hanggang walong oras na pagtuturo sa higit 60 estudyante sa bawat klase. Pagpasok ng sabado, walang bayad. Hindi rin naman binabayaran ang pag-uuwi ng kung ano-anong tse-tsekan—seatworks, quizzes at projects. Kahit ang paggawa ng kung ano-anong forms—137, 138, grade sheet, accomplishment report at kung ano-ano pa. Lalong walang katumbas na bayad ang utos, singhal, utos ulit at kung ano pang trip ng mga diyos-diyosang prinsipal at superbisor.

Nakapagdagdag sa kalituhan ko sa career track at career shift ang mga pagbabagong ibinunsod ng K to 12. Dati akong fulltime instructor—pero hindi naging permanente. Sa limang taong pagtuturo ko sa kolehiyo, higit sa 10 eskwelahan na ang pinagturuan ko. Bakit ako hindi naging permanente? Wala kasi akong master's degree. Tatlong taon na ako sa law school pero irregular naman—bahagi rin ito ng aking career shift plans. Sa pagsisimula ng pagtuturo, una 'kong natanggap ang 120/hour na naging 412/hour na sa ngayon. Hindi naman na masama. Pero part time, per hour basis ang bayad. Walang bayad kung walang pasok, kung semestral break, kung summer class at walang load. Pero paano ako makabubuhay ng isang pamilya nang ganito? 'Yung mga estudyante ko na nagtapos dalawa o tatlong taon ang nakalipas, mas malaki pa ang suweldo sa akin—at regular na sila sa kanilang trabaho.

Sa ngayon, sa ligalig ng ganap na pagpapatupad ng K to 12 ay under attack na naman ang aking trabaho. Ang pagtuturo ng Filipino sa kolehiyo na kahit papaano'y naging pambuhay ko sa sarili sa nagdaang mga taon ay mawawala pa sa bisa ng pagpapatupad ng Ched Memo 20 ng pamahalaan. Ay! Puny*ta talaga!

"Ay, sir, excuse me po. Tawag na po kayo ni Ma'am Rowena, naroon po siya sa shuttle terminal, kanina pa po kayo hinihintay. Ako na po magdadala ng iba pang gamit ninyo para hindi po kayo mahuli sa flight ninyo."

AGAM-AGAM SA PAGBABALIK

PITONG TAON NA pala. Nakaka-miss ang adobo at laing ni Lola, ang Bicol express ni Papa, ang kaldereta ni Lolo. S'yempre, nami-miss ko pa rin ang luma naming bahay—kung saan isinulat ko ang tula (na kalauna'y malalathala sa school paper) tungkol sa pangarap kong maging piloto. Sa totoo lang, hindi akin 'yun. Tatay ko ang gustong maging piloto, hindi ako.

Sino bang ayaw na umuwi sa Pinas. Noong sa Pasay pa ako nakatira, hangad ng bata kong puso ang pangingibang-bansa. Napakalapit lang ng bahay namin sa NAIA terminal. Gayundin sa matatayog na gusali ng Philippine Airlines o PAL.

Kaya mabilis na balita ang pagdating ng kung sino-sinong tanyag sa airport, madalas sumikip ang daloy ng trapiko dahil sa pagdating nila mula sa iba't ibang bansa. Minsan, welga ng mga kasapi ng PALEA ang laman ng balita, pero minsang-minsan lang ito. Bata pa ako naririnig ko na kay Tito Edgar kung gaano kalupit sa mga rank and file na empleyado ang pamunuan ng PAL. 'Yung iba doon kung ano-anong ginagawang dahilan para matanggal lalo na kung kasapi ng unyon—nakuhanan daw ng bisagra sa bulsa, ng pyesa ng ganito, ganyan. Kaawa-awa ang mga inosenteng empleyado, at ang mga inosenteng pamilya nila. Ibang usapin pa ang mga stewardess nila, na bata pa ako nariringgan ko na ng "our life ends at 40."

Sino bang ayaw umuwi sa sariling bansa? Hangal ako kung sasabihin kong ako. Pero paano at bakit pa ako uuwi? Nito lang nakaraang mga araw, nabalitaan kong ilan sa mga empleyado ng DOTC-OTS ang tinanggal sa kanilang trabaho matapos masangkot sa laglag-bala gang at nawawalang bag ng isang kapuwa OFW. Bakit kaya agaran silang naalis nang walang maayos na imbestigasyon? Bakit kaya 'yung katiwalian sa Customs ang hindi tutukan at asikasuhin? Kilala ko ang isa sa mga empleyadong tinanggal. Dating estudyante sa unibersidad na una kong pinagturuan at nakababatang kapatid ng malapit kong kaibigan. Alam kong hindi ang maliliit na manggagawang ito ang ugat ng kabulukan doon.

Sa kanilang maliliit ba ako natatakot? Ayaw ko bang umuwi dahil takot ako sa laglag-bala o mawalan ng bag? Hindi, hindi! Mas mabuti nang narito ako sa init ng disyerto ng Gitnang Silangan. Mas mabuti nang dito makipagsapalaran (o mapagsamantalahan) ano pa bang mas nakakatakot sa araw-araw na pagpapasasa ng gobyerno sa aming pinapadala habang malaking bahagdan ng mga kapuwa OFW ang hinihintay ng death row.

KATHERINE PALISOC

Kasalukuyang kumukuha ng kaniyang master's degree, habang hinahabol ang kanyang mga pangarap na kaniya ring first and true love, ang pagsusulat. Kahit madalas na nakikipagbuno sa sarili niya at sa mga isinusulat niya, naniniwala siyang balang araw ay magkakaroon sila ng happy ending ng magkasama.

PAPA

MADALING-ARAW KAHAPON MAY dumating na isang lalaki sa bahay namin. Naalimpungatan ako sa ingay sa terrace namin, kaya tiningnan ko agad ang nangyayari sa may bintana ng kuwarto namin ni Mama. Moreno si Manong, pero angat na angat sa leeg niya ang gintong necklace at ang bracelet sa kaniyang kamay. Naisip ko, wow! Ang yaman naman ni Manong! Napansin ko rin ang tatlong kahon na dala-dala niya. Narinig ko nga si Tito nang sabihing, "Iba talaga kapag katas ng Saudi!" Pero mas napansin ko rin ang pagkapamilyar ni Manong sa mismong bahay namin at sa mga taong nakapalibot sa kaniya. Simula kay Lolo't Lola, kay Tito't Tita, kay Ninong at Ninang, pero mas lalo na kay Mama na hinalikan pa niya sa labi! Kaya mabilis akong tumakbo pababa, may namuong inis at galit sa ginawa n'yang 'yon. Pinuntahan ko si Mama at yinakap siya. Pero napatago ako sa likod ni Mama nang magkatinginan kami ni Manong na pinapaligiran ng buo naming pamilya. Nakita ko ang mga kahon na may nakasulat na malalaking K.S.A. Lumapit siya sa amin ni Mama, at itinanong, "Ito na ba si Junior?" na nakatingin sa akin. "Ang laki-laki na a!" dagdag pa niya. Kinalong niya ako na parang akala mo'y siya ang Tatay ko. "Namiss mo ba si Papa, 'nak?" tanong niya. Napakunot-noo ako, nagtataka sa tanong n'yang 'yon. "Papa ba kita? Isa lang kaya ang Papa ko! Ayon ang Papa ko o!" Tinuro ko ang tunay kong Papa. Pero pinagalitan ako ni Lola, "Anong pinagsasabi mo! Anong Papa ka diyan! Ninong mo 'yan!"

HAPPY BIRTHDAY

NAG-UMPISA NANG LUMAKAS ang ulan no'n, pero matingkad pa rin ang mga ilaw ng mga nagtataasang mga gusali sa Victoria Harbour. Saktong-sakto lamang sa pagdiriwang namin. Nagsama-sama ang buong pamilya sa hapag-kainan, masayang nagsasalo sa iisang mesa para sa aking kaarawan. Masayang nakangiti sa akin si Nanay at Tatay. Naka-thumbs-up naman sa akin si Ate, si Kuya, at si Bunso. Nand'yan naman ang mga pamangkin na nangungulit sa likuran ko, humahalik at saka babati ng Happy birthday po! Nandyan din sila Uncle at Auntie na may dala pang regalo at pangungumusta. At habang nakatingin sa handa kong malamig na noodles at tinapay na nilagyan ng kandila sa ibabaw ay kinantahan ko ang sarili ko ng Happy birthday. Mag-isa akong nakatingin sa nakapalibot na retrato ng pamilya ko.

NAIA

NAPABUNTONG-HININGA AKO. NAKAHARAP ko na naman si NAIA. Kapag kasi nakikita o mababanggit man lang ang salitang NAIA tuwing aalis ako sa piling ng pamilya ko, isa lang 'yong naalala ko, at tumatak sa utak ko. Ang anak ko, dahil lagi n'yang sinasabi sa akin ang NAIA. Nanay Ayaw Ikaw Alis...

JEROME PENIT

Nagtapos sa PNU ng Batsilyer sa Pansekundaryang Edukasyon. Nagpakadalubhasa sa wikang Filipino. Nagwagi sa ilang pang-campus na patimpalak sa pagsulat. Naniniwala na ang pilantik ng panulat ang magmumulat sa hungkag na lipunan sa kasalukuyan. Sumulat. Magmulat.

PADALA

MAG-IISANG TAON NA rin ako rito sa Saudi. Kahit papaano, nakaipon na ako. Paunti-unti, binibili ko 'yung mga gamit na ini-request sa akin ng mga bata. Cellphone, damit, sapatos at iba pa. Bukas, ipapadala ko na sa kanila ang kahon na naglalaman ng mga gamit na gusto nila.

Pinagbawalan ako ng amo kong magproseso ng pagpapadala. Magpapapunta na lang daw siya ng tao n'yang magdadala sa freight office. Binubusisi't binubulatlat rin niya ang bawat bagay na aking inilalagay sa kahon.

Noong nakaraan, may isang kahon na akong ipinadala. Pero sabi ng anak ko nang makausap ko sa telepono, hindi pa raw nakakarating sa kanila.

Tsinek ko uli ang pangalan, address at contact number na isinulat ko sa kahon.

PAGTANGGAP

"MA'AM, SANDALI LANG po. Itse-check muna natin ang laman ng balikbayan box na pinadala ni Ms. Jesusa Madrigal. Kaano-ano n'yo po ba siya?" ang tanong sa akin ng manggagawa ng custom na sinisimulan nang baklasin ang malaking kahon na padala ni Mama.

"Mama ko po siya. Bakit ninyo po ba kailangang buksan pa? Hindi n'yo ho dapat buksan 'yan, di'ba?" ang pag-uusisa ko.

"Ah, kasi ma'am, i-tse-check po natin kung ano ang laman ng box para po malaman natin kung magkano aabutin ng tax nito."

Napakunot-noo ko.

"Teka-teka. Ano pong tax? Ngayon ko lang po ma-e-encounter 'yung ganito na magbabayad pa kami ng tax para ma-claim ang padala."

"Ay, Ma'am. May bago na po tayong rules," ang tipid na sagot ng babae sa akin. "Bale 6,000 po lahat ang babayaran ninyo. Marami-rami po ang laman ng inyong kahon."

"DH lang ang Mama ko sa ibang bansa." Napaluha ako't nakatunghay sa sulat-kamay ng nanay ko sa balikbayan box.

PAG-UWI

SA WAKAS, UUWI na rin ako sa Pinas mula rito sa Saudi.

Ang hirap ng trabaho ko. Bago ako pumunta, ang sabi ay magiging babysitter lang ako. Pero pagdating doon, hindi lang pag-aalaga ng bata pati paglilinis ng bahay, pagluluto, at sandamakmak na labahin. Hanggang sa humantong sa pananamantala ng amo kong lalake. Nanlaban ako kaya nakatatamo ako ng pasa at sugat sa iba't ibang parte ng aking katawan.

Nitong huli, tumindi na ang pambubugbog niya kapag pumapalag ako. Hinahampas niya ako ng baso sa ulo o kaya nama'y kinukuryente. Tinatali niya rin ang mga kamay at paa ko. Wala akong magawa.

Walang pakialam ang amo kong babae sa ginagawa ng asawa niya. Sa akin pa siya nagagalit, kaya pati siya, pinagbubuhatan ako ng kamay.

Uuwi na ako. At hindi ko na maisisilid pa sa balikbayan box ang mga chocolate, laruan, bag, pabango, at iba pang pasalubong.

LIEZEL PICHAY

Miyembro ng SBC (Simpleng Book Club) Community, isang samahan ng mga Pilipinong manunulat mula sa Wattpad. Gayon din, kabilang siya sa manunulat na bumuo ng aklat na *The Art of Braveity* (Tagalog flash fiction compilation) na inilathala ng Psydem. Tumatayo rin siyang project editor ng *StorPpy Weblog Magazine* sa ilalim ng SBC. Ang ilan sa kaniyang mga akda ay napabilang sa ilang online magazines at international blogs tulad ng *Getting Along with Grief, Southern Pacific Review, Independent Ink Magazine,* at kamakailan naman ay sa *Liwayway*. Ginagamit niya ang sagisag-panulat na @rainydusk sa Wattpad.

DEAR TATAY

ABA, IBA NA talaga ang panahon ngayon, ano? Isang pindot lang sa computer hayan at magkaharap na tayo. Siguro kung noong araw ay may ganito nang high-tech gadgets, sana ay gabi-gabi kahuntahan ko ang nanay mo. 'Di sana hindi siya umiiyak mag-isa sa kakaisip ng solusyon sa pang-araw-araw na problema sa bahay. Mangyari kasi, kung 'di pa ninyo sadyain ang istasyon ng komunikasyon, eh, hindi ko pa kayo makakausap. Bihira lang naman iyon dahil mahal ang pantawag. Pasensya na at napakaliit lang kasi ng kita nitong tatay mo bilang mekaniko. Kada makalawang buwan naman ay sinisikap kong makapagpadala ng voice tape sa inyo at gayon din ang dalawang beses sa isang buwan na sulat.

"Alam mo, Anak, ang mga sulat ninyo sa akin ang nagsilbing inspirasyon ko sa pakikipagsapalaran sa Saudi. Naalala mo pa ba yaong unang sulat mo sa akin? Aba, hinalungkat ko talaga ang mga lumang gamit sa bodega para makita ko ang kahon ng sapatos na pinaglagakan ko ng mga alaala mula sa inyo. Heto at hawak ko ang unang sulat mo sa akin. Makinig ka, babasahin ko:

Dear Tatay,

Smile ka muna!

Naka-smile ka na po ba? Baka 'di ka po maka-smile kasi nagtataka kayo sino ako. Sino pa ba? E 'di si Bunso! Gulat kayo, no? Hahaha. Sori po 'di pa masyado maganda ang pagsulat ko pero nakakasulat na po ako. Pinag-aralan ko po talaga ito para may mabasa kayo. Sabi n'yo kasi sa boss (voice) tape iniipon n'yo ang sulat nina Nanay, Kuya, at Ate. Dapat meron din ako 'di po ba? Siyempre ako ang peborit mong si Bunso, e.

Tatay, kailan po kita makikita? Kasi miss na miss na miss na po kita. Baby pa ako n'ung umalis kayo, eh, sabi ni Nanay? Lagi ko nga po tinitignan ang picture natin bago ka umalis po. Uwi ka na, Tatay, ha?

Naku, sakit na po ng kamay ko magsulat. Napagod po kasi kaka-praktis sa school. Sa susunod mas hahabaan ko pa po ha? Ingat ka po lagi dyan, Tay. Mahal na mahal na mahal kita!

Love,

Bunso Junjun...

"'Tay... umiiyak ka na naman," naluluha na ring sabi ni Junjun habang pinapanood ang ama sa laptop screen na noo'y pinupunasan ng panyo ang mga luha.

"Sabi ko naman sa inyo, lagi tayong magbi-video chat. O 'di ba, 'Tay, parang kasama ko rin kayo ni Nanay rito? 'Wag kayong mag-alala dahil maayos naman po ako rito at mababait ang mga kasama ko sa dorm. Salamat sa inyo ni Nanay, 'Tay, at narito na ako sa London. Hindi ko sasayangin ang pinagpaguran at pinag-ipunan ninyo para lang mapag-college ako rito. Gagalingan ko po, pangako iyan. Mahal na mahal ko po kayo ni Nanay. Mahal na mahal ko po kayo."

NASA MAPA NG MUNDO ANG PILIPINAS

250 KILOMETERS PER hour. Isang kotse ang napahinto nang malapit na ako sa pangalawang posisyon.

Déjà vu? Hindi maaari!

Sa gitna ng race track, may kung anong liwanag ang tumama sa aking paningin at para bang mayroon iyong matuling puwersa na humila sa aking kamalayan.

Oh, God, help!

Nakita ko ang aking sarili... Parehong bilis, parehong senaryo, dito sa gitna ng race track. Isang malakas na pagsabog kasabay na sandaling nawalan ako ng pandama. Pumikit ako na tanging nasa isip ay tuloy ang laban. Kaya ko pang kumarera! Ngunit pumuslit ang likidong bumasa sa aking mukha—ang inuming tubig mula sa tubong nakakabit sa suot kong helmet—na tila gumising sa akin kung kaya nakita ko ang aking tunay na sitwasyon. Oo, kaya pa nga ng isip kong ituloy ang laban, pero hindi ng umaapoy kong sasakyan. Maagap akong tumalon palabas. Masakit man sa loob ko ang sumuko nang mga oras na iyon ngunit may magagawa pa ba ako?

"Norman, hijo, ano ba naman iyan? Wala ka na ngang kinikita sa pagiging driver na 'yan, buhay mo pa ang magiging kapalit?" maluha-luhang sabi ni Mama nang makausap ko siya noon sa video chat habang naka-confine ako sa ospital.

"Ma, naman. Gasgas lang ito, don't panic."

"Anong gasgas? Bata ka, nakita mo na ba ang sarili mo sa salamin? May benda ang ulo, may pasa sa mukha, at naka-cast ang braso? Tiyak ko pati paa mo bugbog-sarado rin. Saan ba ako nagkulang sa iyo, 'Nak, para pasakitan mo ako nang ganito?"

Overreacting nga kung masasabi. Pero nauunawaan ko naman si Mama. Ganyan naman talaga ang isang ina. Natural lang naman mag-alala siya nang sobra. Hindi naman kasi biro ang pinagdaanan niya sa loob ng siyam na buwan para lang masigurong mailuluwal niya ako nang buhay sa mundo. Mahal niya lang talaga ako.

"Ma, I'm sorry. Hindi na ito mauulit, promise 'yan."

"Hindi na talaga mauulit iyan, Norman Chase Saavedra! Hinding-hindi na dahil ititigil mo na iyang car racing at babalik ka na sa pag-aaral mo r'yan." Galit na talaga si Mama, at kapag ganyan ang tono niya ay daig pa ang isang diktador na nagbitiw ng pasya.

"I know it's risky, Ma. But I'm begging you to give me another chance to chase this dream of mine."

Ayokong sumuko lalo pa at nakaapak na ako rito sa London—sa base ng racing team na pinapangarap ko. I was born to chase for this dream. Hindi nga ba iyon ang pangalan ko? Chase. I was born to become a racer. And with this dream I will raise the Philippine flag with me. Mapapansin din nila ang kulay asul, puti, at pula na tatak sa suot kong helmet. Makikilala rin nila ako at ang aking bansang pinanggalingan.

Mula noong bagong salta ako sa England at hanggang ngayon kapag may nagtatanong sa akin na, "Where you from?" ay 'di maaaring walang follow-up question na, "Philippines? Where in the map is that?"

Nakakapagod na ang paulit-ulit na marinig iyon. Hindi ba nag-aral ng world history ang mga ito? naitanong ko na lang sa aking sarili. Alam ng lahat ng tao sa mundo na pabilog ang globo, ngunit iilan lang ang nakaaalam na kaya napatunayan ang teoryang iyon ay dahil sa Victoria Expedition na natalang kauna-unahang naka-circumnavigate sa mundo. Pero bakit, sa iilang mga taong iyon din naman, hindi rin nila inalam pa na ang naging stop-over ng barkong Victoria ay ang Philippines?

Nasa mapa ng mundo ang Pilipinas noon pa man ngunit sadyang hindi nila ito pinapansin.

Aaminin ko, parang lumiit din ang tingin ko sa aking sarili. Pakiramdam ko, kapag kasalamuha ko ang mga taong ito na nagmula sa mas kilala at mas malalaking mga bansa ay wala akong puwang sa espasyong kinaroroonan ko ngayon.

Parang ang liit ng tsansa na maiukit ang pangalan ko bilang world race car driver. Pilit nga lang ba akong nagsusumiksik sa pangarap na ito?

"I trust you, Son," sagot ni Mama sa akin. Kumalma na siya at ngumiti sa akin. "Basta tatandaan mo lang ang dalawang bagay na ito: Una, kahit tutol ako basta alam kong magiging kumpleto ang pagkatao mo sa gagawin mo, nasa sa iyo ang suporta ko. Pangalawa, huwag na huwag mong kalilimutan ang pananalangin. Iyan ang tiyak na magbibigay ng kaligtasan at tagumpay sa iyo..."

Nakita ko ang aking sarili... Parehong bilis, parehong senaryo, dito sa gitna ng race track.

250 kilometers per hour. Isang kotse ang napahinto kung kailan malapit na ako sa pangalawang posisyon. Déjà vu? Hindi maaari!

Oh, God, help! Bigyan Mo po ako ng lakas...

Buong puwersa kong kinabig ang manibela paiwas sa humintong kotse na muntik ko nang masagi. Ang kanina'y nanginginig kong tuhod ay buong tibay na tumulong sa mariin kong pag-apak sa gas nang matapatan ko ang kotse na nasa ikalawang posisyon.

260 kilometer per hour. 300 kph. 320 kph... Tanaw ko na ang finish line at halos kapantay ko na ang kotse ng defending champion sa patimpalak na ito!

More speed! A little more speed, Chase!

Pumatak ang 360 kilometer per hour speed... Awtomatikong dumiin ang kaliwang paa ko sa brake sabay 180 degrees na maniobra ng manibela.

Nagawa ko nga ba?

Ilang minuto rin akong tulala. Ang lakas ng pagbayo ng kaba sa aking dibdib at habol ko ang aking paghinga. Kaba na may pinaghalo-halong emosyon. 'Di ako makakilos.

Lord, nagawa ko!

Sunod-sunod ang nagkikislapang ilaw mula sa mga kamera ang sumalubong sa akin paglabas ko ng kotse. Itinaas ko ang kahuhubad ko lang na helmet. Maingay ang buong crowd. Niyakap ako ng mga miyembro ng aking team. Para akong lumulutang sa kawalan na nagpapatianod sa mga sumunod na nangyari. Iginiya nila ako sa pagtuntong sa platform na may tatak na "number one."

Hawak ko ang tropeo na katibayang ako na ang bagong may hawak ng World Champion na titulo bilang isang race car driver. Maya-maya, pumailanlang ang masayang tunog ng Lupang Hinirang habang nakita kong itinataas ang bandila ng Pilipinas. Gumapang ang kilabot sa aking katawan. Ito pala ang pakiramdam na marinig ang pambansang himig habang wumawagayway ang kulay asul, puti, at pulang simbolo ng aking tubong lupa sa gitna ng banyagang lugar na pinalilibutan ng iba't ibang lahi ng mga tao.

Nakatayo sa magkabilang gilid ko ang mga kasama kong nanalo. Ang nakakuha ng ikatlong puwesto ay mula sa Amerika at ang ikalawa, na dating defending champion, ay mula sa England. Ngayon ko napatunayan na kahit pa nga gaano kayaman o kalaki o kasikat o kamakapangyarihan man ang bansang pinanggalingan nila, sa bandang huli, pangkaraniwang tao rin pala silang tulad ko. Wala ngang dahilan para maliitin ko ang aking sarili dahil kung kaya nila, kayang-kaya rin pala ng isang Pilipinong tulad ko!

AT HOME KAY NANAY

TUMUNOG ANG DOOR chime kaya napalingon ang may edad nang ale na abalang nag-aayos ng paninda sa harap ng food display counter.

"Good morning, Nanay!" bati ng payat at may katangkarang lalaki pagkapasok sa pintuan. Diretso itong naupo sa paboritong puwesto sa isang sulok sabay patong ng bitbit na laptop sa kaharap na lamesa.

"Oh, Joanna, ihain mo na ang spaghetti at kape ng Kuya Cardo mo," sabi ng ale sa dalaga na nakatoka sa kitchen.

"Yes, Mother, kanina pa nakahanda. Heto na po," sagot ni Joanna na lumabas, dala ang tray ng pagkain.

"Ay, ako na po, 'Nay." Maagap na tumayo si Cardo para abutin ang tray na noo'y hawak na ng ale. "Absent po si Pancho?" tukoy nito sa waiter ng tinagurian nilang mini-kainan na iyon.

"Late lang iyon," sabad ni Joanna. "Workaholic 'yun, Kuya Cards. Parang ikaw."

"S'ya nga. Tatawag naman iyon kung aabsent," segunda ni Nanay. "Maiba ako, kumusta naman nga pala ang nobelang sinusulat mo?"

"Malapit na po matapos, 'Nay," sagot ni Cardo. "Salamat nga at may tambayan ako rito, eh. Gumagana ang utak ko kapag narito ako at nakikita kayong nag-aasikaso ng mga 'anak' n'yo."

"Ay, s'ya. Maigi nga at narito ka, 'Nak. Ipinagmamalaki ko sa ibang customer na may anak akong writer."

Tumunog ang chime.

"Magandang araw, Nanay!" bati ng kapapasok lang na babaeng naka-uniporme ng puting blouse at pantalon. Humila na ito ng upuan sa isa sa mga bakanteng lamesa saka naupo.

"Katatapos lang ng shift mo n'yan, 'Nak?"

"Opo, eh. Pero next week, balik ako sa umaga. May longsilog na po kayo, 'Nay? Pabalot na rin ng kanin at ulam pananghalian ko mamaya."

"Adobo, tamang-tama para 'di madaling masira," sagot niya. "Joanna, longsilog kay Nurse Myla. Pati kanin at adobo na takeout. Ay, at hot choco nga pala!"

"Yes, Mother. As usual, hot choco; breakfast longsilog, dine-in; and adobo with rice, takeout—coming!" tugon ni Joanna.

Tumunog muli ang chime sa pintuan.

"Nanay dear, I'm sorry, I'm late!" sabi ng kadarating lang na tsinitong binata, sabay nagmamadaling magsuot ng apron na itim na nakahanda sa likod ng counter.

"Salamat naman at dumating ka na, Pancho. Saan ka ba nanggaling? 'Pag ganyan tatawag ka para 'di kami mag-aalala, ha."

"Dinaanan ko po kasi si baby bro sa dorm niya. Kailangan ng panggastos, 'Nay. Nag-text ako kay Joanna, ah."

"Naka-off ang CP ko, Panch. Ayoko ma-distract 'pag nasa work."

"Naks, bago 'yan!" Sabay napalinga si Pancho sa dalawang customers. "Morning, Author Cardo... Miss Beautiful Nurse Myla... may order na kayo?"

"Morning. Yes, meron na," tipid na sagot ng napapahikab na si Myla.

"Master Chef Jo, ready na ba ang order ni Nurse Myla? Bilisan mo ang kilos..." pabirong hirit pa ni Pancho.

Bumukas ang pinto kasabay ng pagtunog ng chime at sunod-sunod na pumasok ang mga babae at lalaki, kabataan at may kaedaran nang regular na customers ni Nanay.

"Hi there, Nanay!"

"Good day, 'Nay."

"Hello, Nanay, 'gandang araw..."

Ganito nga ang arawang senaryo sa "Kainan ni Nanay"—umaga, tanghali, gabi. Ang iba ay mga Pinoy na manggagawa, ang iba ay mga mag-aaral, ang iba naman ay pami-pamilya na naging habit na ang pagkain dito. Sinong makapagsasabi na ang mini-kainan na ito ay matatagpuan pala sa isang panig ng New York City?

Sa siyudad ni Liberty, mahahanap ng mga migrante at OFWs ang sariling bayan kahit pa nasa gitna ng banyagang lugar. Sa kalyeng ito, sa kahabaan ng tinaguriang "Little Manila" ay kahilera ng mga nakatayong Pinoy establishments ang Kainan ni Nanay (Mother's Eatery).

Abala na ang lahat sa pagkain, at ang iba ay nagkukuwentuhan. Naupo si Nanay sa kaniyang puwesto sa likod ng food counter at kuntentong pinagmasdan ang mga palagian n'yang customers—ang kaniyang mga kababayan na turing niya'y mga "anak," na karamihan sa mga ito ay suki na nila ng kaniyang asawa noong nagsisimula pa lamang silang makipagsapalaran sa Amerika. Ang ilan pa nga sa mga ito ay nasaksihan na n'yang bumuo ng mga pangarap, nabigo, at bumangong muli. Hanggang sa ang iba ay nagkaroon na ng kani-kaniyang pamilya, at totoong nakatutuwa na magpahanggang ngayon ay nananatiling dumarayo ang mga ito sa kaniyang kainan at nadaragdagan pa.

"Mother, okay ka lang? Naiiyak kayo?" puna ni Joanna sabay dampot ng table napkin sa counter at pinahid ang luha ng ina.

"Tears of joy, Anak. Natutuwa lang akong makita na papalaki nang papalaki ang ating pamilya."

Hinagod ng tingin ni Joanna ang mga kababayang customer na ngayon ay masaya at komportableng nagsisikainan. Ngumiti ito. "True, Mother dear." Sabay napabuntong-hininga. "Lahat sila nagsasabing tahanan na ang turing nila rito sa mini-kainan. At home sila rito. Siyempre pa... dahil bahagi na kayo ng buhay ng mga kapatid kong ito."

KEVIN PLOPINIO

Bukod sa yelo, sabon, at embutido, nagbebenta rin siya ng mga litrato online (www.twenty20.com/kevinplopinio). Best-seller ang kaniyang selfies na may di-konektadong quotes bilang caption. Pramis.

REGALO

HABANG PINAGSASALU-SALUHAN NAMING mag-anak ang maagang hapunan na may pitong putahe ng karneng baboy sa hapag (adobo, giniling, kaldereta, dinuguan, barbecue, sisig, at paksiw), patakbong lumapit si Princess sa akin para iabot ang pareho pero di-pantay n'yang mga kamao. May pait ang ngiting naging tugon ko sa kaniya pero hindi ang kaniya sa akin.

"Daddy, pili ka." Hinigpitan niya lalo ang pagkakasarado ng apat na taon n'yang mga kamay sa pag-aakalang mas maitatago nito ang bagay na kailangan kong hanapin. Sa kanang kamao, sumisilip ang buntot ng halatang lollipop. Tinuro ko ang kaliwa, magpapatalo ako.

Binuksan niya kunwari ang kamay na hindi niya kailanman nagawang isara. Alam kong wala itong laman. Nagulat na lamang ako nang mahulog mula rito ang isang piso na gumulong papunta sa paanan ng wheelchair ng aking lolo. Nakaipit pala ang barya sa gitna ng dalawang daliri.

Palundag-lundag n'yang hinabol si Rizal. Nag-alala ako na baka madapa siya. Maselan ang lumalaking bukol sa kaliwa n'yang kamay.

"Gusto mo kanta ko paborito mo?" Wala na ang atensyon niya sa akin o sa bayani, kausap niya na ngayon ang nakaupong matanda na hawig ang buhok kay Mabini. Hirap man, naglalaway na sumagot ng "oo" si Lolo.

Ang luha lalabas sa tuwina

Maninikip ang mata, mahirap ibuka

Papait ang matamis na ngiti

Masusugatan, madudurog ang puso

Matutulog sa kama, 'di tatayo

Dahil sa'yo, sore eyes, para sa'yo

Mamumula, mangangati

Mangangati, mamamaga

Mamamaga, magmumuta

Mali-mali ang mga salita na turo ng pasaway n'yang tito, wala sa tono, at halos patula, natapos din sa mahabang Booooow!!! ang maikling palabas ng aking prinsesa. Patakbo ulit siyang lumapit sa akin para iabot ang lollipop, "Daddy, 'wag ka na alis."

Binasag ng inosente n'yang pakiusap ang pinag-ambag-ambagan naming halakhakan kanina nina Lolo, Mama, ng kakambal ko, at ng dalawang-buwang buntis kong asawa na hinehele na ang mag-iisang taon kong bunso.

Bitbit ang may bigat na maleta, mag-isa kong tinungo ang NAIA. Ayoko sanang maulit ang kasaysayan pero hinihingi ng pagkakataon. Paulit-ulit kong binulong sa sarili, habang inuubos ang regalong bigay ng aking panganay, "Mapait pero mag-a-abroad ako."

GITARA

MULING NAPUTOL ANG unang string. Dalawang posibleng dahilan.

1.Mahigpit ang pagkakapihit.

2.Mabigat ang pagkakakabig.

"Putang ina mo! Ke aga-aga, gitara ang hawak!" Hindi kinagiliwan ng lasenggo kong tatay ang aking musika mula umpisa. Lalo na ngayong araw. "Nakakabulahaw! Sino, sa panahon ngayon, ang magtitiyaga sa awiting walang salita? Hindi pakikinggan ang hindi maaaring sabayan. Hindi pagsusulat ng kanta ang iyong ginagawa, tumutugtog—nag-iingay ka lang!"

Nag-umpisa ang galit ng aking tatay nang minsan kong haranahin si Helen isang umaga. Hindi niya ikinagalit ang mismong panghaharana ko o ang hindi ko pagharana sa gabi. Nakaligtaan ko noong araw na iyon at nang sumunod pang dalawa ang pangakong aalalay sa pag-araro, at pagtanim ng palay.

Buo ang paniniwala ko, tulad ng mga nagdaan, na magwawakas lamang sa mura o sermon ang kaniyang galit. Hanggang sa subukan n'yang agawin ang tinitimpla kong instrumento, marahil, upang basagin sa mesang nasa harap ko. Twaaaaangg! Parang goma nang mapitik ng kakakabit lang na string ang kaliwa kong mata. Bumuhos ang dugo mula sa hiwa. Pikit kong nilabanan ang sakit. Gaano man kalakas, walang iyak o sigaw ang nagbigay lunas. Naramdaman ko kalaunan ang pagbigat ng aking hininga. Sa aking leeg, mahigpit na nakapaikot na ngayon na animo'y ahas ang maliit na alambreng papatay sa akin mamaya. Kinapa ko. Hindi ito alambre.

Nagising ako na basang-basa na naman ng pawis. Ang alaalang kinakalimutan ko tuwing gising, sa panaginip lahat nanunumbalik. Kaagad akong naligo at nagbihis dahil maaga ko pang ipagmamaneho ang aking amo. Bumalik ako sa bahay makalipas ang apat na oras upang maglinis. Wala sa kontrata ko ang maging katulong, ngunit sa bansang ito, delikadong mawalan ng trabaho ang sinumang magrereklamo. Tutal, pinakakain naman ako dito nang sapat. Kahit pa nga hindi tinupad ng employer ko ang pangakong 150 riyal food allowance bawat buwan.

Kinuha ko ang cassette habang nagpapahinga. Ang aking may-bahay ang unang nagsalita. Natanggap niya na raw ang perang pinadala ko at nagpapasalamat nang lubos. Masaya n'yang ikinuwento ang balak ni Jun na mag-aral sa UP. "Itutuloy niya ang planong maging doktor!" napasigaw ako sa taas ng kaniyang pangarap. "Matatagalan nga bago ako makauwi ng Pilipinas," aking napagtanto.

Sunod na nagsalita ang nag-iisa kong anak na lalaki sa anim na magkakapatid, "Pa, ginawan ko nga po pala ng lyrics ang isa sa compositions n'yo n'ung araw. Paborito n'yo raw po itong tugtugin kapag nalulungkot kayo sabi ni Mama. Ayaw n'yang iparinig ko sa'yo, baka raw po magalit ka. Pero ito lang po ang kaya kong ibigay ngayong kaarawan n'yo."

Naghalo ang galak at kirot sa aking puso dulot ng balita ng magkokolehiyo ko. Habang nilalakbay ng aking diwa ang magandang kinabukasang naghihintay para sa kaniya at sa aming pamilya ay siya namang pakikipagsiksikan ng pangit na kahapong matagal ko nang nilisan sa Pilipinas.

Ikatlong posibleng dahilan: manipis ang mismong string.

"Mag-uumpisa na po ako," hudyat ni Jun.

TULA

"ARE YOU ANGRY?" unang maling tanong ko sa mabalbong lalaki na nakapagbasag muna ng bintana at nakapagpalipad ng sapat na laway sa mukha ng isa sa mga katrabaho ko bago tuluyang nagpaawat. Kung may ulirat lang sana siya nang ihatid kanina ng nagpakilalang kaibigan, sasabihin kong hindi siya dapat dinala dito.

"Do you speak in English?" ikalawang maling tanong ko sa parehong tao na unti-unti nang nagiging kalmado dahil sa gamot. Nasa ibang bansa nga pala ako, kailangang ako ang mag-adjust.

"No. No. No. Sorry," sagot niya kasunod ang dismayadong ngiti na kahit papa'no ay naging dahilan ng unti-unti ko ring pagkalma. Umiwas ang kaninang tutok n'yang mga mata sa mga mata ko. Hindi pa siya handang magkuwento.

"'Sakto. Ang totoo," pagpapatuloy ko, "matagal ko na 'tong balak gawin." Kinuha ko ang maliit na itim na notebook sa bulsa ng aking puting uniporme. "Number 23: makipag-usap sa alien."

Kumunot ang noo niya na parang naiintindihan ako. Akala ko magagalit siya pero hindi. Kung epekto man ng gamot, dapat akong magpasalamat. "Uhmmm... hindi ka alien pero ikaw mismo 'yung tinutukoy ko dito. Ang ibig kong sabihin... tulad mo. Alam ko na hindi mo maiintindihan ang mga sasabihin ko. Alam mo ring hindi ko mauunawaan ang anumang isasagot mo. Kapag walang saysay ang mga salita, pahahalagahan natin ang hindi sinasabi ng bawat isa."

Ngumiti siya na parang sumasang-ayon. Mukhang napapatunayan ko na ang existence ng universal language.

"Heto nga pala pamilya ko." Inabot ko sa kaniya ang 4R-sized photo na nakatupi sa dalawa. "Nag-iisang litrato na kumpleto kaming apat. Matagal na 'yan. Valentine's kaya naka-pula kami tapos hugis-puso 'yung frame. Maliliit pa mga anak ko diyan. Sexy pa asawa ko. Hehehe. 'Di pa 'nun uso ang selfie. Wala pang Instagram. Masipag pa ang tao pumila sa photo studios."

Hinawakan ko ang litrato habang hawak niya. Bumitaw ako pagkaraan ng ilang sandali. "Sa kanila ako humuhugot ng lakas at inspirasyon araw-araw. Sayang, libre internet dito pero matanda na 'ko para matuto ng computer o ng touchscreen na telepono. Ginawan ako dati ni Prince ng Facebook, 'di ko nagamit. Siya 'yang nakakandong sa akin. Kulot na sira-sira ang ngipin. Ang hilig kasi sa candy. Kasalanan ko rin naman. May laro kami n'ung kabataan niya.

Ang hindi niya alam parehong may lamang candy ang nakasarado kong mga kamay. Hahaha. 'Yang mataba na labas ang dila na sinungayan ako gamit ang dalawang daliri, kakambal niya. 'Yan naman ang Mama's boy."

"Sulat ikaw 'to?" tinuturo ng kausap ko ang tula sa likod ng picture.

"Marunong ka mag-Tagalog?" tanong ko sa kausap. Kumpirmado, Filipino nga ang wikang pangkalawakan.

"Konti. Huwag ko intindi English. Pinay nanay ko. Turo siya kami."

Gumulong ako katatawa sa nalamang katotohanan sa pasyente. "Nagsusulat-sulat ako dati. Ang buong akala ni Papa magiging doktor ako. 'Di niya alam, ibang kurso tinapos ko. Tinago namin ni Mama ang lahat sa kaniya. Dahil sobrang nakonsensya ako, kumuha ako ng ikalawang degree na malapit sa trabahong pinangarap niya sa akin. Pasado na 'ko nang malaman naming dalawang beses na pala siyang inatake. Inuwi siya sa 'Pinas na paralisado. 'Di makapagsalita nang maayos, 'di makalakad, 'di maigalaw ang mga kamay. Nag-antay pa ako ng dalawang taon hanggang sa magdesisyon akong maging nurse dito sa—"

Nag-vibrate ang cellphone ko halos kasabay ng pagpikit ng mga mata ng kausap ko. Nakalipad na siguro si Prince, naisip ko.

Sinagot ko ang tawag. Sa kabilang linya, hatid ng humahagulhol kong asawa ang masamang mensahe. Patay na si Papa.

May luha na hindi aabot sa mata

May sakit na 'di malalaman ng iba

Ikukubli sa matamis na ngiti

Mananahan sa nangungulilang puso

Sa malayo, doon patungo

Dahil sa'yo, para sa'yo

'Di lahat ng pag-alis ay paglayo

'Di lahat ng paglayo ay paglaya

Pero lahat ng paglaya ay paglalakbay

MARIA NIKKA
POLICARPIO

Mother o Mama ang karaniwang tawag ng mga kaibigan at mga kapanalig niya kahit hindi pa naman siya nagiging ina at hindi pa rin naman siya mukhang ina. Bata pa siya para maging mother sabi ng mommy niya, kahit nanay na nanay naman siya kung mangaral sa mga kakilala. Nag-aaral siya ngayon ng salamangka sa UP. Occassionally, kumakatha siya at tumutula. Childhood dream niyang makapagsulat at makapag-direct ng dula.

IRISH SPRING

PABORITO NG DADDY ko ang Irish Spring. Padala ng mga pinsan ko o ng mga tiyuhin na nasa abroad. O kaya pasalubong nila sa mga kamag-anak na bumibisita sa kanila sa tuwing dumarating sila sa Pinas. Mabango, matagal matunaw, at talaga namang amoy-mayaman si Daddy sa tuwing ito ang gamit n'yang sabon.

***

Ika-sampu si Daddy sa magkakapatid. Siya ang pinakabunso at dahil siya ang pinakabunso, siya rin ang nagkaroon ng karapatan na mamili ng sarili n'yang kurso sa kolehiyo. 'Di gaya ng tatlong panganay kong tiyuhin na itinalaga na ng Tatang (lolo ko) para maging miyembro ng militar gaya niya. Si Daddy ay malayang nakapamili at kinuha niya ang Business Administration. Siya lang rin at ang isa pa n'yang kapatid na si Tito Berlin ang nakapag-aral sa Maynila dahil bukod sa tatlong nagsusundalo noon, ay puro babae na ang mga kapatid ni Daddy. Alam ng mga kapatid n'yang babae na hindi na sila pag-aaralin pa ng Tatang kapag makatapos ng hayskul, dahil ito rin naman ang sabi ng Inang (lola ko). Ani Inang, okey na raw ito dahil may makakatulong siya sa pagtitinda sa palengke at sa pag-aayos sa bahay. Mas maraming kamay na nagtatarabaho, mas mabilis matatapos ang trabaho. Isa pa, kilala raw niya ang kaniyang mga anak—oras na mapalaya ito sa Maynila ay magkakanya-kanya ang mga ito at kaakibat na nito ang kaniya-kanya at una-una ring pagpapabuntis. Ayaw niya ng ganon, at sino nga namang may gusto?

***

Close ang Daddy sa mga kapatid niya, lalo na sa mga kasunuran n'yang sina Tito Berlin, Tita Maria, at Tita Aida. Sa mga nakatatanda naman, ang kadikit ng Daddy ay si Tatay Karding, ang pinakabata sa tatlong isinabak ni Lolo sa militar. Kahit hanggang nagkani-kaniya na sila ng buhay ay nagsilbi pa ring kadikit ni Daddy ang mga nabanggit. Sila ang parating nagkakamustahan, nagsasalu-salo tuwing Pasko, at nagkakasama sa lamay ng mga kamag-anak na nauunang sumakabilang-buhay. Ang iba pang kapatid ni Daddy na halos hindi na namin nakita at nakilala ay may kaniya-kaniyang ring mga pamilya sa Bicol, Cebu, Cavite, at Makati. Habang ang dalawa pang panganay na lalaki na sina Tito Berting at Tito Poldo, matapos ang serbisyo sa militar ay pareho namang nagdesisyong pumunta sa Amerika at doon na pumirmi.

Hayskul na ako nang mabalitaan naming uuwi rito sa Pilipinas sina Tito Poldo at Tito Berting. Malamig raw ang klima sa Illinois at dahil tumatanda na rin sila ay hindi na rin daw bagay pa na manatili sila roon.

Naunang dumating si Tito Poldo at ang kaniyang pamilya na sinalubong at sinundo nina Daddy at Mommy sa airport. At hinatid sa bahay nila sa Taguig. Ito ang lumang bahay na naipundar nila Tito bago pumunta ng Amerika. Si Daddy na ang nagpresentang susundo sa kanila dahil siya naman daw ang may sasakyan at siya naman daw ang mas madaling makakapunta sa Maynila. Hindi na umimik ang iba ko pang tiyahin at tiyuhin sa mungkahi niya, pero hindi rin naman sila nagpapipigil na sumama sa pagsundo sa kuya nilang matagal na nilang hindi nakikita. Excited ang lahat, halatang na-miss ang kapatid na hindi na nila masyadong nakasama buhat ng pumasok ito sa serbisyo hanggang sa tuluyan na itong nangibang-bayan.

***

Nakauwi sila Mommy at Daddy sa bahay pasado alas onse na ng gabi. Nagmano lang ako saglit sa kanila, pagkatapos ay nagpatuloy ako sa paglalaro sa PSP.

At tulad ng nakasanayang ritwal nila tuwing gabi: tumungo sa kusina, hugas ng kamay, bukas ng ref, inom ng tubig, hilamos, palit ng damit. At namagitan ang katahimikan. Ilang saglit pa, nakarinig ako ng pigil na paghikbi.

"Sabi ko naman sa'yo eh, huwag na tayong makigulo doon. Tayo na nga ang nagmagandang loob, tayo pa ang pinagmukhang kawawa," malinaw at mariing mga salita ang namutawi sa bibig ni Mommy.

"Biniro ko lang naman. Hindi ko naman akalaing gaganunin tayo ng kuya," sagot naman ng Daddy. "Ang tatanda na namin para maging unfair sa kanila ang pagiging bunso ko?"

Napatigil ako sa paglalaro ng *Dead or Alive* at sumilip sa mga magulang ko. Sa counter, may tatlong pirasong Irish Spring na tinitigan ng blankong mga mata ni Mommy. Nakatalikod si Daddy. Pinipigilan ang tagong pagluha.

ENDEARMENT

HINDI PA AKO nagkaka-girlfriend kahit isang beses sa buhay ko. Hindi naman ako mapili, at kung tutuusin wala rin namang problema sa hitsura ko pati na rin sa background ko. Sabi nga ng mga 'mates' ko dito sa Australia, bakit raw hindi ako maghanap ng girlfriend, o bakit daw hindi ko patulan ang mga 'nagkakandarapa' sa akin.

Sinasabi ko sa kanila na hindi ako nagkaka-girlfriend dahil may nagmamay-ari na ng puso ko sa Pilipinas. Vague, medyo showbiz na sagot kung tutuusin. Aaminin ko, kahit sa sarili ko nahihirapan din akong ipaliwanag. Pero alam ko, isang tao lang ang laman ng puso ko. Siya lang ang nakapagpapaligaya sa akin. Siya lang ang nagpapapaniwala sa akin sa forever, at siya lang ang nagpatunay sa akin na kapag umibig ka—walang pinipiling edad at pagkakataon.

Matagal na naming mahal ang isa't isa, kahit hindi ito alam ng lahat.

***

"Sino 'yung kasama mong babae diyan sa photo?" tanong niya sa akin isang beses na naabutan niya akong online. May tatlong oras din kasing pagitan mula dito sa Canberra at sa Pilipinas, at halos alas diyes na ng gabi rito.

Sumagot ako agad, dahil sabik na rin naman akong makausap siya. Madalang kasi siyang mag-online sa Facebook kasi busy siya. Psychology professor siya sa isang kilalang university sa Pilipinas, at hectic ang weekday schedule niya.

"Babe, she's just a colleague here. Kasama ko sa class ko sa uni. After class 'yan last Friday, we had dinner together with our friends."

"Totoong classmate mo lang? Baka naman girlfriend mo na, sabihin mo na sa 'kin. Hindi ko 'yan mako-confirm, nandito ako sa Pilipinas. I am powerless. Jensen, ayoko ng niloloko ako. Sabihin mo na sa akin."

Selosa talaga ang mahal ko oo—nakakapanggigil.

"Babe, come on—don't be like that. Classmate ko lang talaga siya and nagkataon lang na kinuhanan kami ng photo. Look oh, nasa likuran nga namin 'yung classmates namin na iba."

"Siguraduhin mo lang, ha. I can book a plane ticket to check on you diyan sa Canberra. If I know, nagtatago ka sa'kin ng posts. Tinuruan ako ng restricted posts ng intern namin sa office."

"Really? Wow, nag-a-adapt ang baby ko sa times. Facebook is beyond your age, pero alam mo gumamit. Are you doing that for me? Nakakatuwa naman. And wala akong tinatago sa'yo baby because ikaw lang naman eh. Kung gusto mo, i-open mo pa 'yung social media accounts ko. I'd give you my password."

"'Wag mo nga kong bine-baby diyan, hindi na ako baby. At may tiwala naman ako sa'yo, implicitly."

"Gusto kong naririnig 'yan sa'yo baby, makes me feel confident about our relationship. At oo nga pala, you're not my baby. You're the love of my life. My morning and evening star, my darling dove."

"Che! Ang dami mo pang sinasabi ha. Hindi mo ko mabobola ng ganyan, dahil papunta ka pa lang, pabalik na ko. Pero saan mo ba natutunan 'yan? Poetic ang dating at gasgas na." At sinundan iyon ng tawa.

"Eh 'di kanino pa, eh 'di sa Daddy kong writer."

"Bakit parang hindi naman niya sinasabi sa akin 'yan?"

"Kasi love, those words are not meant for his tongue, it's meant for mine. For me to tell you."

"Magsama kayo ng ama mong mambobola."

"Nagpabola ka naman din sa kaniya, kaya nga ako nag-abroad, 'di ba?"

EVELYN ANTONIO-PUNAN

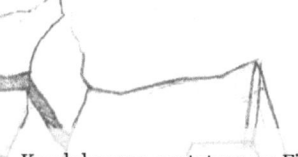

Kasalukuyang nagtuturo ng Filipino sa kolehiyo, at Assistant Principal for Students sa Senior High School sa Manila Tytana Colleges. Nakapagturo na rin siya sa De La Salle College of Saint Benilde, Divine Light Academy, Saint Francis of Assisi College at Saint Anthony School. Nakapagtapos siya sa kursong BSE major in Filipino at MA in Educational Management sa Saint Francis of Assisi College. Sa kasalukuyan ay tinatapos niya ang kanyang disertasyon sa PhD in Philippine Studies: Culture, Media and Language sa DLSU. Siya ay aktibong miyembro ng Kataga–Manila, SANGFIL (Pambansang Samahan ng mga Guro sa Filipino), PSSLLF (Pambansang Samahan sa Linggwistika at Literaturang Filipino,Inc.), PATAS (Pambansang Samahan ng Tagapagtaguyod ng Salin), PASADO (Pampelikulang Samahan ng Dalubguro) PILANDOKAN, mga manunulat ng kwentong pambata at DANUM (Samahan ng Masterado at Doktorado sa Philippine Studies ng mga Lasalyano). Siya rin ay isa sa board of director ng Ecohumans, isang samahang nagtataguyod at sumusuporta sa mga gawaing nagtatanggol sa kapakanan ng tao at ng kalikasan.

BOX

ISA AKO sa sampung libong OFW na nakikipagsapalaran sa ibayong dagat. Nangarap para sa pamilya, sumusugal, tumataya. Sa isang tulad kong high school gradweyt lang, pa-ekstra-ekstra lang sa canteen para maghugas ng pinggan, isang daan lang ang kita sa isang araw sa Pilipinas. Ngayong nandito sa Gitnang Silangan, sumasahod ng sampung libo sa isang buwan. Kahit may bawas pa dahil sa agency na nagpaalis sa akin, okay lang. Mahalaga, makapagpadala.

"Gina! Taali!" Pinapalapit ako ni Madam.

"Wash the dishes! Clean the toilet! Clean the house! Cook this, and do that!"

Hindi pa ako tapos sa isang trabaho ay meron nang kasunod na utos. Medyo mabigat din ang kamay ni Madam. Nasasabunutan niya ako kung galit siya at 'pag mainit ang ulo n'ya.

"Hamara!" Palagay ko minumura na niya 'ko. Galit na galit siya 'pag 'yan ang sinasabi niya.

"Kabiya! Gina!" Sabi ng kasamahan ko, bobo raw ang ibig sabihin nu'n.

Laging ganyan si Madam kaya dapat mag-ingat ako sa galaw ko. Malapit na 'kong sumahod ulit. Pupunuin ko na ang box na ipapadala ko sa Pilipinas. 350 riyal ang padala, mga limang libo rin sa Pinas.

"Gina! Taali!"

"Yes Madam?"

"My money? You stole my money! Give it to me! You thief!"

"No Madam. No money." Pagmamakaawa ko sa aking amo.

Kinuha niya ang pinakukuluang tubig. Binuhos niya 'yon sa akin. Pinukpok niya ako ng kaldero. Sinabunutan niya ako't inihulog mula sa 3rd floor. Duguan akong nakahandusay sa gilid ng box. Isang kahon na ipadadala ko sa Pinas.

Bago ako tuluyang nawalan ng ulirat, isiniksik ako sa isang mundong masikip at hugis parisukat.

MAIL-ORDERED BRIDE

"WALA NANG MANGYAYARI sa'yo dito sa Pilipinas, sumama ka na sa lalaking iyon. Ayaw mo nu'n, maiaahon mo kami sa hirap ng mga kapatid mo? 'Wag kang tatanga-tanga!" Malinaw pa sa isipan ni Elsa ang bulyaw sa kaniya ng kaniyang ama. Sa hirap ng buhay sa Pilipinas, kapit sa patalim, kung makakita ng kaunting pag-asa hindi mo na kailangan pakawalan pa.Hihigpitan mo na ang hawak, baka makawala pa.

Marami siyang kakilala na pumasok bilang mail-order bride sa lugar nila. Si Aling Tasing, matanda nilang kapit-bahay, na 'pag nagsusuot ng damit ay laging hapit na hapit, pati na ang anak ay ibinugaw na maging mail-order bride. Ngayon ay nakapagpatayo na siya ng bahay. "Donya Tasing" na ang tawag sa kaniya ngayon. Todo ang make up, puno ng alahas ang leeg. Donyang-donya!

Si Nadia na kaedaran lang n'ya, nakapag-asawa ng Amerikanong Negro. 'Pag dumadaan siya kasama ang asawa ay napapatingin ang lahat. Nagmumukha kasi silang mag-ama.

Siya naman, dalawampung taong gulang nang makatapak sa Canada. Napili siya sa internet na binabayaran niya ng kinse pesos kada oras. Gabi-gabi niya 'yong ginagawa hanggang sa mapili siya ni Vincent. Pinadalhan siya ng pamasahe papuntang Canada. Instant bride siya ng animnapu't limang taong gulang na retiradong sundalo. Hindi na rin siya iba sa mga kababaihang umaasang ang mga taga-ibang bansa ang mag-aahon sa kaniya sa hirap ng buhay.

"Mabuti naman anak, ginamit mo 'yang utak mo, 'pag nasa ibang bansa ka na 'wag mong kalimutang magpadala ng pera ha, para maipagawa ang bahay. Tsaka ipetisyon mo rin kami ng mga kapatid mo para makalanghap ng hanging estetsayd. Ay, sa Canada pala!"

Kasama na niya ang matandang Canadian na 45 taon ang tanda sa kaniya. Araw-araw siyang napapalunok, napapapikit. Gabi-gabi siyang lalamasin, aamuyin. At araw-araw, gabi-gabing maririnig niya ang bilin ng kaniyang ina.

RETOKE

ISA AKONG BABAENG nakulong sa katawan ng isang lalaki. Hindi rin naman ako ganoon kagandang bakla. Kita sa mukha ko ang pagiging lalaki. Tinatawag akong Barda, short for Bardagol! Parang pangit na baklang bouncer! Kaya nga ginusto kong mangibang bansa. Gusto kong magparetoke. Sabi nga nila, kapag ipinanganak kang pangit ay hindi mo 'yon kasalanan. Pero ang mamatay kang pangit pa rin ahaay kasalanan mo na.

Mag-aapat taon na rin ako dito sa Thailand. Noon, nang malaman kong hiring sa pinapasukan ng kaibigan kong gaya ko ring binabae ay gora na ako agad! Maganda ang Thailand, mas madaling mabuhay. Madaming mabibili ang pera mo.

Kailangan kong mag-ipon: Ilong, 5,000 baht, balakang, mga 20,000 baht, cheek bone ay 10,000 baht, lips siguro 5,000 baht din, pagpapaputi maaaring abutin ng 10,000 baht, mata, 10,000 baht. Wala pa ang para sa maintenance. Aabutin siguro ng 100,000 baht bago ako maging magandang-maganda. Lahat para sa pagpaparetoke ng kapangitan at para hindi na nila akong tawaging barda!

Kaya kayod lang nang kayod. Tiis-ganda. Kaya nang kumikita na ko kahit paano nagpapaayos ako nang paunti-unti para sa pagbalik ko sa Pilipinas. Ang pangalan kong Marco ay mapapalitan na ng Marikit. 'O 'di ba, achieve! Miss Marikit! Malaki-laki na rin ang nagbago sa akin. Babaeng-babae na. Nawala na rin ang masculinity ko.

Pero hindi pa ako handang bumalik sa Pilipinas, na mas nangangailangan ng retoke kaysa sa akin. Pak!

WILFREDO QUIAMBAO

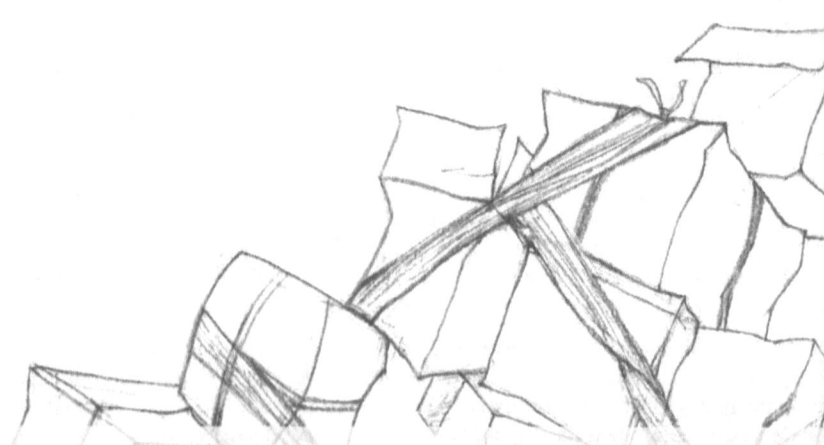

Isang guro sa pampublikong paaralan sa Bulacan at nagtuturo ng asignaturang MAPEH. Isa rin siyang romance novelist na may isa nang librong nailimbag.

PACKAGE DELIVERY

MAY DARATING NA tatlong kahon.

Matagal nang pangako ni Rosa sa kaniyang pamilya na magpapadala siya ng package. Matagal-tagal na kasi buhat nang huli siyang magpadala ng mga gamit para sa maliit nilang bahay sa Bulacan. Hindi kasi niya maisingit dahil magagalit ang kaniyang amo. Palihim lang siyang nag-iipon at dahil marami na, isinilid na niya sa mga kahon.

Una ay isang computer set kasama ang mesa nito na maingat n'yang ibinalot sa makakapal na kumot. Baka raw masira sabi ng kumare niya. Pinaglumaan ng kaniyang alagang si Douglas. Magagamit ng kaniyang anak na nag-aaral ng Engineering.

Pangalawa ay kung ano-anong mga gamit na hindi na kailangan sa bahay ng mga Tsang: natitiklop na upuan, lampara, printer, speaker, vase, mga plastic na bulaklak, Christmas lights, Christmas tree. Sinamahan na rin niya ng tsokolateng galing pa sa USA.

Pangatlong kahon ay naglalaman naman ng kaniyang bangkay na malungkot na sasalubungin ng kaniyang pamilya.

HAPI BERTDEY

ISANG LINGGO ANG ipinagpaalam ni Hilda sa kaniyang amo. Gusto n'yang sorpresahin ang mister na si Simon na magdiriwang ng kaarawan nito.

Bitbit ang kaniyang maletang puno ng regalo, umuwi siya ng bansa. Wala pa siyang isang taong nakakaalis at ngayon ay uuwi na siya.

Mag-isa lang sa kanilang bahay ang kaniyang mister. Hindi sila nagkaroon ng anak sa loob ng sampung taon nilang pagiging mag-asawa kaya naman magugulat ito sa kaniyang pag-uwi.

Nang makarating siya sa tapat ng kanilang bahay ay saradong-sarado iyon. Marahil ay nasa trabaho. Tamang-tama at masosorpresa talaga ang mister niya kapag nakita siya.

Isinilid niya ang kaniyang susi sa susian at nang mabuksan ay dahan-dahang pumasok.

Saradong-sarado ang buong bahay.

Napasigaw si Hilda nang buksan niya ang mga ilaw. Ang kaniyang asawa, nakahandusay sa sahig, wala nang buhay at naaagnas na.

YES, OP KORS

ILLEGAL IMMIGRANT SI Lelay. Taga-Mindanao siya at nag-exit lang doon para makarating ng Sabah. Doon ay ipinasok siya ng isang babaeng hindi niya kakilala upang magtrabaho bilang kasambahay.

No read, no write si Lelay. Ni hindi siya marunong magsalita ng Ingles. Puro senyas. Buti na lang at may isang Pilipino rin siyang kasamahan sa bahay.

Isang beses, nag-day off ang kasamahan niya. Tinawag siya ng kaniyang amo. Dahil Ingles, wala siyang naintindihan. Inabutan siya nito ng ilang pirasong Ringgit.

"Yes, op kors," ang tanging naisagot ni Lelay sa amo bago lumabas ng bahay.

Nang makabalik siya ay katakot-takot na paninigaw at inis ang nakuha niya mula sa kaniyang amo.

"These are nails! I said you buy me chicken!"

FLORENCIO RABINA JR.

Siya ay mas kilala sa pangalang Plor. Ipinanganak noong ika-1 ng Enero 1994 sa Lungsod ng Maynila. Panlimang anak nina G. Florencio Rabina at Gng. Minerva Rabina. Dating pangulo ng student government at production manager ng Dulaang Suhay-Fil sa PUP-Sta. Mesa. Kasalukuyang nagtuturo ng Pagsulat sa Filipino sa Piling Larangan sa Integrated Innovation and Hospitality College. Siya rin ay ang kasalukuyang tagapayo ng Malayang Manlilikha Performing Group.

PADALA AT PAUTANG

UMAGA. NAALIMPUNGATAN AKO sa mga intense na boses na aking narinig. Ang lahat ay balisa dahil tumawag ang kuya kong nasa Saudi Arabia. Nalaman kasi ng kaniyang boss na nag-double job siya. Labag sa kontrata at Saudi Labor Law. Contract termination ang hatol.

Ilang linggo pa bago siya makauwi, may pahabol na request sya. "Nay? Pakipadalhan naman sina Jenny ng pera kahit 800 lang. wala na kasing panggastos 'yung mga 'yun eh."

Agad nanghagilap si Nanay. Nangutang siya at muling nanghiram sa kapitbahay dahil kulang. Pagbalik niya ay may dala na siyang isang libo. Ang 900 inihulog. Ang 100 panggastos.

"Jen? Naihulog na 'yung pera. Tipirin nyo muna, wala rin kasi kami ngayon." Text ni Nanay sa asawa ng kuya ko.

Bumili ng lutong ulam si Nanay mula sa isang daang natira. Nagtanghalian. Nanoood ng TV. Wala pa ring reply ang asawa ng kuya. Alas tres na ng hapon, nag-beep ang phone ni Nanay.

"Opo, Nay, kauuwi lang po. Kunin ko po tapos kong magluto ng ulam." Reply niya sa text message ni Nanay.

Ilang minuto ang lumipas, may bagong update sa FB newsfeed ko, *Kapagod. Kauuwi lang from MOA...* Status ni Ate Jen at ilang uploaded photos. Hinintay ko ang mabagal na paglo-loading ng mga photos. Ilang segundo pa'y bumungad ang picture nila. Masayang-masayang sumi-selfie kasama ang mga inorder na pagkain sa food court ng mall.

PERA O PAG-IBIG

SA WAKAS AT nakarating din sa bahay ng aking partner. Mainit ang panahon, sumasabay sa pagpatak ng pawis ko mula sa noo pababa sa baba. Anlaki 'ata ng ngiti ni Tita (nanay ng partner ko). Nanonood ako ng TV habang kakuwentuhan si Ate Viang (kapatid ni partner).

"Ang-init noh?" sabi sa akin ni Tita.

"Oo nga po eh. Kakaligo mo lang, ta's ilang galaw lang pawis ka na ulit," tugon ko.

"Ipapaayos ko talaga 'tong bahay pag-alis ni Japong (partner ko) para mabawasan ang init."

"Saan po siya pupunta?"

"Hindi ba nasabi sa'yo? Mag-a-abroad 'yun, sa Saudi, ipapasok siyang florist ba 'yun? 'Yung nag-aayos ng bulaklak."

"Ah. Opo. Hindi niya po nasabi sa akin."

Tapos na ang tagpong 'yun. Tahimik na. Wala nang imik. Lumabas si Tita. Si Ate Viang naman, umakyat para matulog. Ako na lang mag-isa sa baba, nanunuod ng TV. Ganito ang senaryo kapag wala na siya.

DESISYON

BAHALA SIYA KUNG mag-a-abroad siya!

Alas kwatro na ng hapon nang dumating siya galing sa pagtuturo. Walang imikan. Walang tawanan. Parang nakagawa kami ng kasalanan sa isa't isa.

Hanggang sa... "Mag-a-abroad ka pala?" Tanong ko na medyo may pang-aasar.

"Sorry 'di ko nasabi nang maaga." Sagot niya.

"Ok lang," tugon ko na may inis ang tono.

"Bakit ka nakasimangot?"

"Wala. Inaantok lang."

"Di nga? Ano nga? Ayaw mo 'ko mag-abroad?"

Tahimik pa rin ako. 'Di ako umimik. 'Di ako lumilingon.

"Ano ba? Kausapin mo 'ko. Ayaw mo ba akong mag-abroad?"

"Kasi naman, bakit hindi mo kayang sabihin sa akin? Kailangan kay Tita ko malaman? Ayaw mo na naglilihim ako tapos ikaw rin pala".

"Sorry na..."

"Tsaka love, may mga trabaho naman dito huh. Sabi mo nga madali ka namang matanggap sa trabaho 'di ba?"

"Pero kapag doon kasi, makakapag-ipon ako. Para kung gusto mo pa mag-aral ng isa pang degree, mapag-aaral kita. Tsaka para sa atin naman 'to eh."

"Ayoko! Gusto ko, dito ka lang. Tutulungan kita kay Tita. Susustentuhan natin sila. Kung mag-aaral ulit ako, ako nang bahala sa sarili ko. Basta ipangako mo lang na dito ka. Mahirap sa abroad, lalo na't sa Saudi ka, maputi ka. Petite ka. At isa pa, bading ka baka mapano ka ro'n. Tsaka isa pa, mami-miss kita, mami-miss mo ako. Mawawalan tayo ng time sa isa't isa. Busy ka sa work at busy ako sa school. Walang mag-aalaga sa'yo."

Hanggang sa nakita ko siyang umiiyak.

"Hindi na ako aalis. Sorry, akala ko magugustuhan mo 'yung desisyon ko."

"Pero kahit anong sabihin ko, ikaw pa rin ang magdedesisyon sa buhay mo. Ok lang na mag-abroad ka kung gusto mo talaga pero hindi sa Arab country at lalong hindi sa Saudi."

Tapos na ang tagpong 'yon. Hindi na namin napag-usapan ang bagay na 'yon. Busy kaming gumawa ng props at costume ng mga batang tinuturuan niya.

Kinabukasan. Nakita ko 'yung form niya, nasa basurahan.

ALAIN RAZALAN

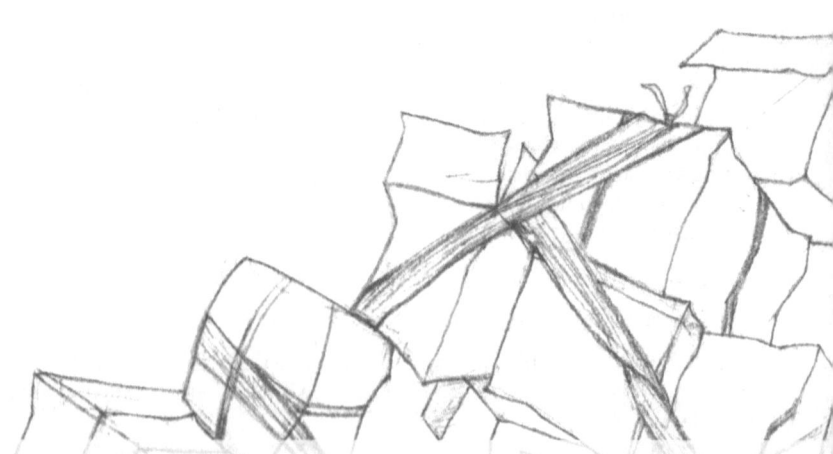

Mula sa pamilya ng OFW at guro. Nakapag-aral gamit ang dollars at dinar na nire-remit ng mga kamag-anak.

RED ALERT

ANG MGA TAO sa Skyscraper ng *Aramco** ay naglabasang parang mga langgam. Mula sa twin towers na oil station itinigil ang segundong walang *Hari Raya***.

Isang umaga, nag-alarma ang kalsada. Nag-diffuse ang langit. Bulto-bultong puti ang pumarada, mala-Eiffel na Marines na may nakasabit na high speed armalite. Ramdam mo sa kanilang mga yabag, ang tikas at lakas. Kasado!

Full combat gear mula boots hangang helmet at kumaway-kaway pa. Sopistikadong battle at missle tank.

Nagtatagisan ang mga bisig at parang mga dart nang magmartsa. Walang katinag-tinag. Mga war-aircrafts at Chinooks, sunglasses na may infrared at night visions kahit may araw.

Binagtas ang Naval blockades, ang pawang mga nakaestasyon sa Persian Gulf. Bawal maglabas-masok.

Ito ang atraksyon habang ginagawang shortcut. Ang lupain ng Kaharian ng Saudi Arabia.

* Isang malaking kumpanya ng petroleum at natural gas sa Dhahran. ** Mahalagang selebrasyon ng mga Muslim sa pagtatapos ng Ramadan.

MESSAGE SENT

SA GABI NANG ako'y nagte-text. Siguro nga ang damdamin ko ay nandoon lang. Minsan nakikipag-usap sa buwan at laging pinagmamasdan ang mga bituin. Lalo na ng North Star habang lumulutang sa outer space. Siguro nga ang damdamin ko ay nandoon lang, bumabalding sa mga cell sites at microwave antenna bago lumapag sa satellite dish.

Ang aking damdamin minsan siguro ay nilalamig habang binabagtas ang malawak na disyertong namimintog sa langis. Isang kiskis at magkakaroon ng atomic fussion. Minsan din siguro ay nakikisabay sa mga iba pang damdamin mula sa Jeddah, Riyadh, at Al Khobar, isama mo na ang Taif City. At nakikipagtitigan sa iba pang damdaming naglalakbay. May galing ng Milan, London, at Tel Aviv. Iba't ibang lugar ngunit binded at connected in one language. Ang damdamin ko minsan din ay bumibilang ng oras bago ma-process, nakikipagsiksikan sa pila. Kaya laging busy network. Subalit kahit ganoon, nalaman ko ang damdamin ko ay hindi naiinip sa isang magdamagang:

1 message received

Mas malungkot pa nga sa pagkain ng shawarma na nag-iisa.

HARIRAYA

HABANG PINAGMAMASDAN MULA sa truck. Bumaba ang mga tao sa Asir. Kasabay nito ang tipak-tipak na alikabok sa daan.

Tanging mga pares na yabag ng mga kamelyo ang mababakas sa pinulbos na disyerto at tuloy-tuloy na buburahin ng walang habas na hangin.

"No Eating, No Drinking In Public That Includes Office, Home and Even Moving Vehicles."

Nakapaskil sa malaking LCD at LED, litanya ito ng *muttawa**. Manipat isipin ang latigong lalapat sa balat.

Walang sablay na lalapat sa laman at mamumuo hangang sa magsugat. Naalala ko na lang nang isang buwan at nang isa pang buwan at nang isa pang Pinoy ang pinugutan. Tahimik bigla sa truck. Isang mantra ang umalingawngaw at umalon sa 7 deserts na mula sa wide speaker booster ng dilaw na mosque.

* *Religious/clerical police sa Saudi Arabia*

RAYMUNDO REYES

Si Pangz, o mas kilala bilang Raymundo Jr. G. Reyes sa NSO at DFA, ay isang OFW sa Dubai at tubong Pasay City. Walang teknikal na background o kung anumang pormal na training sa pagsusulat. Mas nahilig sa pagtula ng mga piyesang walang sukat ngunit may tugma. At ngayon ay sumusubok lumikha ng mga prosa.

SOFT COPY

LAMPAS ALAS KUWATRO na ng hapon nang mag-lunch break ako. Isinakto ko sa pagbalik ng mga ka-trabaho kong muslim mula sa kanilang *Asr**. Lumabas ako sa warehouse ng cargo company na pinagtatrabahuhan ko bilang pahinante.

Dinukot ko ang mamasa-masang bimpong nakapalaman sa aking likod at polo shirt. Piniga. At saka idinilig sa disyerto ng Dubai ang pawis na naipon ko mula sa buong araw na pagbabanat ng buto.

May pasan akong knapsack habang kaliwa't kanan kong nilalatigo ng bimpo ang naglalasti kong leeg. Matapos na medyo maginhawaan ay tinumbok ko ang kalapit na bus stop na napagkasunduan naming magkita ni Ka Rommel.

Nanghihiram kasi ako sa kaniya ng kapupunan para sa ipadadala kong pera sa Pinas. Nag-text kasi si inang na may emergency raw. At isasabay ko na rin sanang iabot ang manuscript na hinihingi niya para sa piyesang isasali namin sa literary contest.

Marahan akong pumasok sa de-aircon na waiting shed. Lalo akong nakaramdam ng ginhawa nang hipan ako ng hangin mula sa itaas ng sliding door. Sarap, bulong ng sarili ko sa sarili niya.

Pinaupo ko ang knapsack sa aking mga hita at ako naman ay sinalo ng malamig na upuang bakal. Wala pa siya gaya ng inaasahan ko. Tumingin ako sa orasan mula sa monitor sa gawing itaas ng waiting shed na makikita ang schedule ng mga bus. Medyo malabo ang mga numero. Medyo gutom na rin kasi ako kaya marahil nanlalabo ang paningin ko. Ang kaso ay bawal kumain sa loob ng waiting shed.

Inilibot ko ang paningin upang magmasid sa paligid. Swerte. Walang tao. Dinukot ko ang aking baunan mula sa loob ng bag. Nanginig ang mga laman ko sa mukha nang malanghap ang aroma ng chicken biriyani. Sumubo ako ng isa. Nginuya. Nilunok. At pagkatapos ay wala na akong pakialam kung may makahuli sa akin. Tatlong buwan na rin akong nagtitiis sa samosa at chai. Tatlong buwan na rin kasing delay at kulang-kulang ang sahod namin.

Nilantakan ko ito hanggang magkanda-sinok-sinok at magkanda-ubo-ubo ako. Kinapa ko ang inuman sa loob ng bag upang itulak ang bara sa lalamunan ko. Hasel. Nakalimutan ko palang mag-igib sa water dispenser.

Lumabas ang ilang tilad ng manok sa bibig ko nang bumukas ang pinto at umihip ang hangin mula sa itaas ng sliding door. Sa wakas! Pamilyar na mukha. Si Ka Rommel.

"'Tang ina, Bok. Bakit mo kinakain 'yan?"

Bigla akong nahilam sa tanong niya. Matapos ay ang hagulgol na hindi ko alam kung saan ko hinugot. Hindi ko napigilan.

"P're, ok ka lang? Du'n tayo sa labas. Ang daming tao rito. Pag-usapan natin 'yan."

Marahan kong pinulot ang mga basang papel na sana'y ibibigay ko kay Ka

Rommel. Ngunit gaya ko ay nalunod na rin ito habang nakaratay sa ibabaw ng sementadong buhangin—ako sa kahihiyan at ang huli ay sa laway.

"Tara. Tara. Iwanan mo na 'yan. Mukhang kanina ka pa pinagtitinginan ng mga tao rito. May soft copy ka naman 'di ba? Okey lang 'yan."

An afternoon prayer

SUPER LATE

UNANG ARAW KO sa trabaho rito sa Dubai bilang taga-suga ng camel sa disyerto. Siyempre joke 'yun. Waiter talaga sa isang pang-sosyal na resto ang trabaho ko.

At kapa-party ko kagabi e limang hakbang ang pinagkakasya ko ngayon sa loob ng isang malalim na buntong-hininga. Halos lumutang ako sa ibabaw ng buhangin habang pinapala ng suot kong leather black shoes ang tone-toneladang buhangin sa kalawakan ng disyerto. Dapat talaga hindi na 'ko sumama sa inuman kagabi para i-celebrate ang bago kong trabaho.

Heto tuloy ako at hinahabol ang tangi kong pag-asa upang hindi ma-late sa alas otsong pasok—X23 na bus. Kada bente singko minuto pa naman ang dating ng bus dito sa International City sa Dubai. Malabo ang makapag-taxi, simut-sarap na ang kaperahan ko.

Paarangkada na ang bus nang makarating ako sa bus stop. Dagli kong inigpawan ang espasyo sa pagitan ng bangketa at bukana ng bus upang iharang ang sarili sa harap nito.

Napapreno nang 'di oras ang nagmamaneho sa kagustuhang hindi ako masagasaan. Kasabay ay ang mala-trumpetang busina. At sa loob ng bus, kitang-kita ko kung paano tumilapon ang kargang sanggol ng babaeng naka-*abaya* sa wind shield. Mabilis na kinulayan ng pula ang eksena.

Tumining ang kaba kong kinanaw sa gulat, pagkalito, takot at pag-aalala. Nagsasalitan ang kabog sa dibdib ko at paghabol sa hininga habang nakatukod ang dalawang palad ko sa magkabilang tuhod.

Nagising ako sa batingting ng alarm clock na kamukha ni Mickey Mouse.

Puta! Buti na lang. Akala ko...

Nang lingunin ko ang kanang bahagi ng kama kung saan nanggagaling ang ingay ay sumuko ang orasan sa isang kalabit habang nakaturo sa langit ang dalawang mga kamay nito.

Pupungas-pungas kong dinampot ang cellphone sa kalapit na mesita. Hindi makapaniwala sa nakita—15 missed calls. Hinawi ko ang kurtina. Tirik na tirik na ang araw. At umalingawngaw na ang mga speaker para sa *Dhuhr**.

* *Prayer after midday*

REMITTANCE

MAKAILANG BESES KONG binilang ang lilimahin at sasampuing 400 dirhams. Umaasa na sa muling pagbilang ko ay madadagdagan ang perang ipadadala ko para sa utol kong na-coma nang pukpukin ng pulis sa isang LR (Lightning Rally) kahapon.

Pirmis akong nakapila sa loob ng remittance center sa Al Satwa—ang balwarte ng mga Pilipinong gaya ko.

"No one will move! Give me all your money!"

Medyo natawa ako sa narinig kong sigaw. Tangina. High-end. English. Hindi ako makapaniwalang may holdaper din pala dito sa Dubai.

"Down! Down! Put your face on the floor"

Gusto ko nang tumawa nang malakas kundi lang sa nangangatog kong tuhod. Hindi kasi bagay sa kaniya. Parang on-da-spot niya lang naisip na mang-holdap. Pinipilit n'yang huminahon ngunit mas lantad ang pagkataranta niya. Halatang baguhan.

Ako na lang ang hindi dumadapa. Hindi ko malaman kung dahil ba matapang ang tingin ko sa sarili ko o sadyang hindi na ako makakilos sa takot. Tinitigan ko ang lahat ng mga nakadapa—may Indiano, Pinoy, at may ilang mukhang taga-Ehipto. Batid ko ang takot sa mga mukha nila.

Pinipilit kong magmukhang kalmado sa harap ng holdaper. Mas natarnta pa nga ako sa lakas ng wang-wang nang dumating ang police patrol car. Ilang segundo pa'y mala-shooting nang pelikula ang eksena.

Lumipas ang ilang minuto at nagkainipan na. Pumailanlang ang ingay na bumugaw sa tumpok-tumpok na usisero. Sunod na nakita ko ay ang duguan kong binti at mukha kong nakatungong humahalik sa tinted na bintana ng patrol car.

MARCO ANTONIO RODAS

Ipinanganak sa Atimonan, Quezon, naging musmos sa Baclaran, nagbinata sa Lucena City at naging haligi ng tahanan sa Pagbilao, Quezon; kasalukuyang propesor sa sikolohiya sa Pamantasang Enverga; tagapagtatag ng mga grupong pansining sa Quezon sa larangan ng pagpipinta (PIZON) at teatro (Ang Sining Pleyhaws); nagkamit ng Palanca Award para sa isang yugtong dula; ang kaniyang mga dulang *Lambanog* at *Dolores* ay production grantee ng National Commission for Culture and the Arts; isa sa mga tagapagtatag ng NGO para sa mga alagad ng sining sa lalawigan ng Quezon (Kuta ng Sining); kasalukuyang aktibong miyembro ng Kataga–Tanghal.

PASYONG MAHAL

MAY PANINIYAK SA mukha ni Mang Cesar habang nakikipag-usap sa webcam:

"Hindi maaaring maputol ang panata."

Pangilin ito para sa mga santong araw na inaasahang tatanguan ng asawa na tatlumpu't limang taon na n'yang kabigkis sa isang banal na pangako. Utang na loob sa Panginoon, anila, ang tinatamasa nilang kaunlaran.

Noo'y salabat at sapin-sapin lamang ang kayang maipakain sa mga mambabasa sa sampay bakod na penitensya—gurlisang lalamunan at namanhid na dilang pinahinuhod ng kataimtiman ng mga paalalang de-tono:

Ang unang letra ay A...a...

Ere naman ang ikal'wa

Ang ikatlo nama'y a...a...

Eleng ika'pat na letra

ARAL sa taong lahat na...

Sa edad n'ya noong kuwarenta, sa unang taon pa lang ng paglilingkod sa panata'y natanggap ang kaniyang aplikasyon sa Amerika.

"Tinupad ng Panginoon ang ating hiling, matapos ang mahigit na limang taong pag-aasikaso at pagsasangla't benta ng niyugang pamana ni Inay. Aba, ay pabasa lamang pala ang katugunan sa ating kahilingan."

Limang taong kontrata para sa pag-i-inhinyero ni Eboy, at limang taon pa uli hanggang sa maging nars si Naneng.

At ang sapin-sapin ay naging cheesecake at mamon; ang salabat ay nagkaroon ng honey at lemon...

Kamakailan nang nabuhay ang dating pirmis na hilatsa sa mga larawang ipinapadala, nang gumalaw ang mga gatla ng bukas sa kapuwa nila mukha. Habang nakatitig sa webcam:

"Tumatanda na tayo, Cesar," pakli ng asawa.

"Bibili ako ng niyugan, para sa pag-uwi ko'y may mapagkaabalahan man lang."

"Limang taon na naman ba ito, Cesar?"

"Basta, ituloy-tuloy lang natin ang panata."

Ngunit hindi na nakatapos si Cesar ng panibago pa sanang limang taon n'yang kontrata sa Amerika.

Hindi na n'ya nakandong ang apo n'ya kay Eboy, o nakapagsalita man lang ng naluluhang pasasalamat sa kasal ni Naneng.

Bukambibig ng mababait na anak ang kadakilaan ng ama. Nais din nilang maging dakila tulad ng kanilang ama, at alam nila, sa tulong ng Panginoon.

Itutuloy nila ang panata.

Mag-aapply sila ng visa.

Taun-taon silang magpapabasa na aawitan ng kanilang mga kapit-bahay, kaanak, at ng kanilang mga magiging anak.

Magiging tagasilbi ang ina ng cheesecake o mamon, at inuming panlaban sa pamamalat.

TROPICAL DEPRESSION

ONDOY ANG ITINAWAG ng Pagasa sa bagyo. Biyernes noon. Nagkatipuntipon ang aking pamilya sa may salas. Samantala, hindi namin mapag-isa ang nakasanayang paglilibang sa telebisyon—walang kuryente. Kaya't ang pagtitipon ay naging kaniya-kaniya.

Katabi kong nakaupo sa mahabang sofa ang kanilang ina na nagpaplano ng gastusin sa loob ng susunod na buwan.

Bakas ang pagkainip sa mukha ng aking binatilyong hindi makapaglaro ng basketbol habang pinagmamasdan ang kaniyang rubber shoes na angat-swelas.

Nag-aalala naman ang aking dalagita at sinabi pang: "Sana walang bagyo sa Lunes para matuloy ang camping namin sa Makiling."

Ang aking paslit na iisang linggo pa lang natututong gumamit ng krayola ay tahimik na may iginuguhit sa kaniyang maliit na lamesa.

At ako, aambon at dili kung tutuloy lumuwas sa Maynila para sa isang pag-aasikasong dalawang buwan nang sinang-ayunan, subalit nagdulot ng pananahimik sa kabiyak na dalawang buwan na ring nawala sa kwenta at kamada.

"Paalis ang Tatay n'yo—pupuntang Canada para magtrabaho. Ipanalangin n'yong tumigil na ang ulan para mapirmahan na n'ya ang kontrata sa Maynila. Limang taon s'yang mawawala sa atin," ang sabi ng aking asawa.

Tumalima ang aking binatilyo sa tool box, at kinuha ang bote ng pandikit na rugby.

Pumasok sa kuwarto ang aking dalagita, at inalis sa kaniyang bag ang mga inimpakeng damit at gamit para sa tatlong araw na camping.

Nag-ring ang aking cellphone—si Nanay, Mag-iingat ka, anak, gano'n din ang sinabi n'ya sa akin bago s'ya umalis papuntang Hongkong para maging domestic helper. Second year high school pa lang ako noon.

"Magiging guro naman ako sa Canada eh," ang nasabi ko sa aking sarili pagkatapos ng pag-uusap namin ni Nanay.

Kagyat na napukaw ang aking pansin nang lumapit ang aking bunsong paslit, at ipinakita sa akin ang kaniyang iginuhit: isang bahay na nasisikatan ng nakangiting araw. Sa loob nito, nakangiting magkakakapit-kamay ang limang taong tingting.

Bumaling ako sa aking kabiyak, nangungusap ang kaniyang titig.

Hindi na ako lumuwas.

Kinabukasan, nabalita ang pagbaha sa Maynila.

ETHEL SANCHEZ

Guro at manunulat. Minsa'y lumisan upang mamulot ng mga bagong kamulatang iuuwi at ikabubuti ng lupang sinilangan.

UNCLE

SABAY NA KUMALABOG ang gulong ng eroplano at ang dibdib ko. "Maligayang pagdating sa paliparang Changi," ika ng boses na tila isang malamig na simoy ng hangin na dumampi lamang sa manhid kong pandinig. Sumilip ako sa bintanang mamasa-masa. Wala akong naaninag.

Pilit kong inilakad ang mga binting namintig sa ngawit at nanghina sa pangingilala. Tulak-tulak ang trolley lulan ang malalaking maleta, isang bag, at isang unan, tinunton ko ang dulo ng bulwagan kung saan naroon ang pila ng mga taxi. Napakaayos ng pila; mahaba ngunit umaandar. Ang mga taong iba-iba ang tikas at kulay ay payapang naghihintay.

Pagsapit ko sa dulo ng pila, lumapit ang isang taxi. Puti at maaliwalas ito. Bumaba ang nagmamaneho at tinulungan akong magkarga at sumakay dito. Hindi niya sinuklian ang ngiti ko. Ibinaba niya ang metro at sinimulan ang aming biyahe. Maluwag ang loob ng taxi. Sapat ang espasyo para sa mga binti at bagahe.

Habang binabaybay ang isang mahabang tunnel, sumulyap sa salamin si Uncle at tila inaninag ang mukha ko. Sabi niya sa wikang Ingles, "kararating mo lang ba? Narito ka ba para magtrabaho? Pilipino ka 'no? Napakarami n'yo na rito. Mas malaki kasi ang kita ninyo rito lah?"

Nakakagulat. Ang dami niya biglang sinabi. Hindi ako handa sa unang kwentuhan. Sabi ko na lang, "Yes, Uncle." Sumilip ako sa bintanang mamasa-masa sa bahagyang ambon na tila nagpatuloy lamang; nagbiyahe kasama ko magmula Maynila. Ibang-iba. Ibang-iba nga kaya? Bawat kanto, may CCTV. Walang snatcher. Walang basura. Walang namamalimos. Walang lubak ang kalsada. Ang mga gusali ay tila mga blokeng isa-isang sinukat, dinisenyo at inilapat.

Humarurot ang taxi sa malawak na highway. "You look around, see those nice buildings like paradise lah. Very nice, very tall. Like plenty of money here lah but not true. People here? Poor. Very poor lah. Your taxes you don't feel lah. Corruption very bad. You see tomorrow the crowd in the trains. Not enough trains. If you take taxi very expensive and traffic very bad. You go supermarket all very expensive lah. Food very expensive. Life is hard here lah. People living here very poor. You see I'm very old, still working. So many foreigners like you here it's foreigners' country not my country. Me not happy here. Not happy. You also not happy with your country Philippines? That's why you come here?!"

Sa wakas, huminto ang taxi. Iniabot ko ang bayad. Bumalik sa akin ang ilang sentimong sukli. Hindi pa rin siya ngumingiti. Isa-isa n'yang diniskarga ang mga bagahe. Wala akong ibang nasambit kundi, "Thank you, Uncle."

Tahimik at mabilis siyang sumakay muli sa taxi at nagmaneho. Papalayo. Iniwanang kasing-ingay ng banyagang kuliglig ang gulung-gulo kong isip.

PIGTAS

KAPIT ANG TELEPONO at namamaluktot sa bago kong bahay na kama pa lamang ang laman, sabi ng mga magulang ko, "Anak, unang araw pa lang miss na miss ka na namin." Sabi ng bestfriend ko, "Masaya akong isa-isa nang nangyayari ang lahat ng pinangarap mo noon." Sabi ni Manang, "Ang mga damit mo, mami-miss kong labhan." Sabi ng nakababata kong kapatid, "Pag-iipunan ko ang pagbisita ko sa'yo d'yan." Sabi ng abogado kong ate, "Ading, pinag-aralan mo na ba ang mga batas? Mag-iingat ka. Hindi demokrasya ang sistema d'yan."

Natigilan ako. Oo nga pala, napaghandaan at napag-aralan ko ang lahat pati ang kung saan ang bilihan ng dust pan, maliban lang sa sinabi ni Ate.

Hinanap ko ang Kinokuniya. Nalaman kong sa bansang iyon, bawal ang maglakad ng hubad habang bukas ang mga bintana ng bahay. Sa mga pampublikong lugar, bawal manigarilyo. Bawal dumura. Bawal magkalat. Bawal ang hindi magbayad ng pamasahe sa bus. Sa isip ko, "Ano ba naman! Wala naman siguro akong gagawin sa mga ito! Nakakainis si Ate, tinatakot ako." Pahapyaw ko na lamang na binasa ang iba at dumeretso sa dulo ng pahina kung saan ipinaliwanag ang mga parusa. Napangiwi ako. Hindi ko kinaya ang konsepto ng *caning*. Kahit pala magaan lang ang sentensya, kahit pala ilang latay lang, nakamamatay ang sakit. Paulit-ulit na hahampasin ang iisang parte ng katawan ng cane na binabad sa tubig na may asin. "Aray ko naman. Ayoko nang basahin ito."

Linggo kinabukasan, nagbihis ako para maghanap ng simbahan. Sa Bras Basah, marami daw madadaanan. Ang saya ng plano ko. Sasakay lang ng bus at papara 'pag may nakitang simbahan. At 'pag natapat sa St. Joseph's, makakapag-pray ako for a good husband. Joke lang. Kahit anong simbahan, gusto ko lang makaramdam ng isang pamilyar na lugar.

Itinap ko ang card pagsakay sa bus at naupo sa bandang likuran. Bawat lingon ko, kaliwa, kanan, may nakapaskil na "not paying the correct fare is a crime." Sa isip ko, "hello, ayan ang nakabalandrang CCTV sa harap ng bus. May gagawa pa ba n'yan?"

Tumayo ako at dali-daling lumapit sa may pinto ng bus nang may naaninag na simbahan. Sa sumunod na hintuan, bumukas ang pinto. Inihakbang ko ang kanang paa pababa at itinap ang hawak na card. Hindi tumapat. Hindi na-tap. Hindi tumunog. Sa loob ng isang segundo ay bumulusok ang buong katawan ko pababa, palabas ng bus. Naluspak ako sa semento. At bago pa man makasenyas sa driver, nakaalis na ito. Umupo ako sa bangko hawak ang napigtas na tsinelas at ang kumalat na mga laman ng bag ko.

Maraming nakakakita ngunit kahihiyan ang huli sa aking isipan. Mas naisip kong "hala, hindi ako nakapagbayad. Lagot, hindi naman alam ng driver na nadulas ako. Hindi niya ito kita mula sa kinauupuan. Hindi rin ito malamang nakuha ng CCTV dahil gitna lang ang sakop nito. Hindi ako nagbayad. Maaaring akalaing hindi ako nagbayad. Maaaring akalaing kumaripas ako pababa para tumakas sa bayad. Hindi ako nagbayad. I didn't pay the correct fare. Crime. Punishable by law. Caning. For major and minor offenses. Hindi. Ako. Nagbayad." Kasing sakit ng pasa ko sa tuhod ang utak kong 'di malaman ang dapat gawin. "Wala akong pamilya rito. Wala akong matatawagan para ipagtanggol ako. Saan na ako ngayon pupunta? Saan ba dapat pumunta? Pigtas ang tsinelas ko."

Nang magliwanag saglit ang isip, hinablot ko ang telepono sa bulsa at hinanap sa munting libro ng mga mapa ang numero ng SMRT bus. "Sa opisina. Tatawag ako sa opisina ng SMRT. Ire-report ko ang nangyari nang sa gayon ay anu't ano pa man, may katibayang tapat akong nagsabi at walang intensyong tumakas sa pamasahe. Iku-kuwento ko ang nangyari." Recording lang ang sumagot sa akin. Sarado ang opisina. Linggo nga pala.

Nag-iwan na lang ako ng mensahe, pati ng numero ko. Tiniis ko ang pigtas na tsinelas at iika-ikang sumakay muli ng bus, naglakad, umuwi, nagpalipas ng araw, nagpalipas ng magdamag—ang pinakamahabang magdamag sa tanang buhay ko.

Nagri-ring na telepono ang gumising sa akin. "Hi, Miss. This is from SMRT. We got your message."

"Please come to our office."

"So you didn't tap your card on your way out?"

"That means you paid for the entire trip, from end to end. If you got off at any point in between, we owe you a refund. Come claim it anytime."

TANONG

NAPADALAS ANG HINDI niya pagpasok sa trabaho. Masama raw ang pakiramdam. Naisip kong dalawin siya. Pareho kaming walang pamilya o kasambahay dito. Kailangan niya kaya ang tulong ko?

Bagong gising si Yesha nang dumating ako. Nagkalat sa munti n'yang silid ang maruruming damit, mga pinag-inumang bote ng tubig, barya, lukot na tissue at 'di hugas na chopsticks. Naawa ako sa kaibigan ko. Tanong ko, "Gusto mo bang tulungan kitang linisin ang bahay mo? Okay ka lang ba? Anong nararamdaman mo?"

Nahihilo. Nasusuka. Inaantok. Nanghihina. Malayo mang mangyari sa pagkakaalam ko, 'di ko na napigilang tanungin siya ng diretso.

Sagot ng nanginginig n'yang boses, "Walang gabing hindi ko hiniling na panaginip lamang ito; na magwawakas din pagkagising ko. Sa sobrang sakit at takot, parang sasabog ang puso ko. Maaari akong matanggal sa trabaho. Masasaktan ng todo ang mga magulang ko dahil tiyak ang pagtalikod ng ama at ng mapagmataas nitong pamilya sa anak ko. Ang inasam-asam kong pagkakataon buong buhay ko, nangyari sa maling oras, maling mundo. Patawad, anak. Hindi ko dapat hinayaang ganito ang simula ng buhay mo."

Marami akong hindi naintindihan sa sinabi ni Yesha. Marami akong ginustong itanong. Ngunit sa oras na iyon, alam kong ang pagtahimik, ang hindi pagtatanong, ang pinakamalaki kong maitutulong.

Nang huminahon si Yesha, nakumbinsi ko siyang gawin ang nararapat. Sasamahan ko siyang magpatingin sa doktor. Tumawag ako sa isang kilalang clinic. Tanong ko nang may sumagot sa telepono, "magkano po ang magpakonsulta sa OB-Gyne?"

"Maaari po bang mag-set ng appointment bukas? Para po ito sa kaibigan ko."

Sagot ng banyagang boses, "Bago ang lahat, mga ilang buwan na ba? Ang check-up bang ito ay para ituloy ang pagbubuntis niya, o para ihinto?"

Tanong ni Yesha, "Anong sabi?"

Inabot ko sa kaniya ang telepono sabay bulong, "Mayroon siyang tinatanong."

LIANNE DALISAY SO

Ako si Lea. / Pangalan ko ay nagmula sa isang dahon / Katulad nito sumasabay lamang ako sa ihip ng hangin. / Isang araw alam ko, ramdam ko, bukas ako ay papalarin. / Katulad ni Salonga, / Katulad ng nilikhang karakter ni Bautista, / Bukas makikilala rin ako bilang si Lea!

AMBISYOSA

ISANG PADER LANG ang pagitan ng bahay ng pinsan ko at ng tatay niya na bayaw ni Mama. Hindi ko alam pero matindi ang galit nila sa mga magulang ko. Tandang-tanda ko pa 2001 iyon habang nakikipaglaro ako sa pamangkin ko.

Bigla kong narinig ang boses ng tito ko. "Yang si Bobot, a-abroad-abroad. May nangyari ba sa buhay niya? Wala! Wala naman pare-pareho lang kami ng buhay, nakisiksik pa rin siya dito. Ambisyosa iyan! Ikaw ba alam na ordinaryo lang ang buhay mo, tapos ipapasok mo anak mo lahat sa private school?"

Nang marinig ko iyon sa edad na labing isa, hindi ko nauunawaan kung saan nagmumula ang galit niya sa Mama ko.

Aaminin ko, ito ang pinakamalungkot na araw sa buhay ko. Ayaw na ayaw ko na hinuhusgahan ang Mama ko sa lahat ng ginagawa niya para sa amin. Kaya naman, bago pa ako ulit makarinig ng mga salita mula sa kaniya lumabas na ako sa bahay ng pinsan ko.

Nang araw na iyon, sinalubong ako ng kahel na araw ngunit sa aking paningin, kulay abo ang paligid. Tanging init lamang ng araw ang nararamdaman ko na nanunuot sa aking tenga papunta sa aking utak. Gusto kong sabihin sa Mama ang lahat nang narinig ko, pero natatakot ako dahil baka magkagulo.

Ipinagtapat ko sa kuya ang lahat nang narinig. "Huwag mo na lang pansinin gan'un talaga ang mga tao, napapansin nila ang buhay ng iba, pero ang sa kanila hindi," ang mapagkumbabang wika niya sa akin.

Hindi natapos ang masasakit na salita laban kay Mama. Balde-baldeng tsismis pa rin ang natatabo ko sa tuwing lalabas ako ng bahay.

"Oo ambisyosa ang nanay ko, iniwan niya kami para maitaguyod hindi lang kaming mga anak niya. Kundi pati na rin kayo! Oo ambisyosa siya. Maigi nga at naging gan'un siya, dahil kung hindi, lahat tayo nakakaranas ng pagkalam!" sigaw ko. At isang pader lang ang pagitan...

TUITION FEE

MARAMING TAON NANG naninirahan sa ibang panig ng mundo ang mga magulang ko. Alas sais ng umaga papasok sila sa trabaho at bubunuin ang walong oras, para sa aming pang-tuition, pambili ng libro, pambayad sa kuryente, tubig, internet, at iba pa.

Walang araw na hindi namin nararamdaman ang dahilan ng pagkawalay namin sa kanila. Walang araw na hindi kami nakatanggap ng tawag at paalala, "mag-aral nang mabuti dahil hard earned money ang tuition fee."

Mahuli man ang padala ng pera para sa tuition fee, hindi 'yun kasalanan ng aking mga magulang. 'Yung remittance kasi bago dumating dito minsan inaabot ng dalawang araw lalo na noong dekada '90. Kaya minsan nahuhuli, pero sa kalaunan bihira na iyon mangyari kasi may ATM na at dalawang oras lang ay abot-kamay na ang biyaya.

Dalawang araw lang ito kung mahuli kaya takang-taka ako, noong grade 3 ako ay ilang linggo na kaming nagkaklase wala pa rin akong libro. Ang sabi late raw ang padala ni Mama. Mas higit na nagtaka ako noong grade six ako buong quarter akong promisory note. Sa sobrang hiya ko natanong ko na si Mama kung bakit ako laging naka-promissory note.

"Mama, bakit ba laging sulat ang ipinapadala mo sa school, kailangan nila pera hindi letter?" Ang tila demanding na naitanong ko sa aking ina.

"Ano ba sinasabi mo na hindi ako nagpapadala? Sira ulo ba ako na kumakayod dito para sa wala?"

Nauwi sa pagtatalo ang usapan namin at bago pa manginig ang boses ko at marinig ni Mama ang pag-iyak ko pinili ko na lamang na ibaba ang telepono.

Nalaman ko na lang, si Tita, ang bunsong kapatid ni Mama ang humahawak sa padala. Nagalaw niya ang pera para mapagtakpan ang pagkukulang ng kaniyang asawa. At para hindi ito mapahiya kina Lolo at Lola kung saan sila nakikituloy.

Natakot akong sabihin ito kay Mama. Natakot ako na baka mag-away sila.

Paparating ang graduation at kailangan ko nang magpa-clearance. Nag-emergency leave si Mama para makauwi't makita ako sa stage at makapagsabit ng medalya.Tumambad sa kaniya ang isang papel. Napaluha siya. Nanginig sa galit. Nakatitig sa papel, sa 'di nabayarang tuition fee.

EUGENE SOYOSA

Tubong-Muntinlupa City. Nagtatrabaho siya bilang ekonomista sa umaga at nagsusulat sa gabi. Naging fellow siya sa 1st PUP Multi-Genre National Writers Workshop, Eros Atalia Fiction Writing Workshop, at 14th Ateneo Heights Writers Workshop. Kasapi siya ng Kataga.

BOSES

DAHAN-DAHAN KONG TINUTULAK ang kumakarag na cart na puno ng mga librong nakolekta mula sa mga mesa ng library sa pinagtatrabahuhan kong university dito sa Indiana. Isang oras na lang makakapahinga na, naisip ko habang naghihintay na matapos ang shift. Pagdating sa sulok ng silid, maingat kong itinayo ang mga nakasalansang na libro at hinanay ang magkakapareho ng klasipikasyon para mas madaling isauli sa mga bookshelf.

Huli ko laging binabalik ang mga nasa M at ML aisle. Kapag malapit na akong umuwi, kinukuha ko mula sa library cart ang mga piyesa't libro tungkol sa musika at pagkanta. Matapos nito'y umuupo ako sa sahig at nilalatag ang mga piyesa at libro sa tabi ko. Sa lilim ng matataas na bookshelf, binubuklat ko ang mga piyesang pang-tenor na tingin ko kaya kong kantahin, aralin, at idagdag sa repertoire. Kapag naman tulad ngayong dinadapuan ng lungkot at agam-agam, nagmumuni-muni ako kasabay ng pagbabasa ng talambuhay ng mga sikat na mang-aawit. Ito ang nagiging inspirasyon ko para ituloy ang matagal nang pangarap na maging isang classical singer.

Pero masakit kumagat ang realidad. Akala ko, kapag natapos ko na ang degree ko sa Voice dito ay magiging madali na ang lahat. Na-imagine ko nang nag-uunahan ang mga opera company at vocal ensemble sa pagkuha sa akin, at ang poproblemahin ko na lang ay kung paano pagkakasyahin sa schedule ko lahat ng singing engagements. O kung hindi man ito ang kapalaran, na-imagine ko na rin na matapos ang ilang taon ay malamang mayroon na akong Masters at Ph.D sa Music at tinitingala ng mga batang mang-aawit bilang isang magaling na vocal mentor.

Madaling mag-imagine pero mahirap ang buhay-musikero, lalo na ng mga kumakanta nang klasikal sa makabagong panahon, kahit pa sa Amerika—ang lugar kung saan sinasabing malaya ang lahat na habulin ang kanilang mga pangarap. Habol lang nang habol, sinasabi ko lagi sa sarili. Kahit hirap na hirap nang bayaran ang libo-libong dolyar na student loan. Kahit ilang beses ko nang narinig na sinabi sa likod ko na kaya hindi ako kailanman makakakuha ng mga magagandang role sa opera ay hindi dahil sa hindi ako magaling kumanta, kundi dahil hindi bagay sa akin ang role gawa ng maliit ako, o 'di kaya nama'y dahil overweight ako, o masyado raw Asyano ang features ko. Malamang, taga-Asia ako e, gusto ko sanang isigaw sa kanila.

Pero hindi naman laging talo. Nairaraos din ang mga gastusin dahil suma-sideline ako sa ilang simbahan bilang Cantor sa misa. Minsan naman, tulad kagabi, nakakaraket ako sa mga classical-jazz bars, kumakanta ng mga Sinatra at iba pang hits noong 1950s. Kahit nakakapagod, pandagdag din sa regular kong kita bilang library assistant. 'Yun nga lang, iba talaga ang demand ng klasikal na pagkanta. Madaling magtampo ang boses kung hindi laging ginagamit ang full voice. Bawal magpuyat at dapat kumain nang tama. Dapat laging inaaral at minememorya ang mga linya, interpretasyon, at karakter sa piyesa. Hindi puwedeng umasa lang sa natural na talento at ganda ng boses. Kailangan may dedication, may focus. Ang kaso, hindi lang naman pangarap ang hinahabol. Pati ang mga bayarin, na kung hindi mababayaran ay papatay sa pangarap.

May audition ako bukas para sa role ni Tamino sa operang The Magic Flute ni Mozart. Para ito sa graduation recital ng magtatapos na kaibigan. Walang tiyak na bayad pero malamang may allowance. Maraming estudyante at tulad kong bagong graduate ang siguradong mag-o-audition para sa role ng prinsipe. Para sa exposure. Para kumapal ang CV. Para mapansin, at malay mo isang araw, makakanta sa malalaking opera house ng mundo.

Masarap pa rin ang pagkaka-indian seat ko nang maalala kong uwian na at kailangan nang tumayo. Mag-isa na lang yata ako sa floor na ito ng library. Pero bago ko maisauli lahat ng libro sa tamang bookshelf, makapag-ayos ng gamit at makauwi, naramdaman kong may kumirot sa lalamunan ko n'ung lumunok ako. Maya-maya pa, isang malutong na ubo, bahing, at singhot.

Kailangan kong mag-vocal rest. Iinom ako ng maraming-maraming tubig pagdating ng apartment, hindi na magsasalita hanggang bukas, at matutulog nang maaga.

Ngunit pagsilip ko sa bintana, nanlambot ako nang makita ang makapal na niyebeng tumataklob sa daan at ang namuting mga puno na hinahaplit ng hangin. Hindi pa ako makakauwi.

Tumayo ako at nag-jogging in place. Habol lang nang habol, naisip ko. Humikab ako nang may tono at ini-hum ang mga unang nota sa aria ni Tamino. Buo pa ang boses ko. Buong-buo pa sa ngayon.

ANG INOSENTENG PAKYU

NAGMAMADALI KONG HINUBAD ang unipormeng nag-amoy usok gawa ng maghapong pagluluto ng shawarma, falafel, at fries.

"How's it goin', ma brother? You datin' someone tonight?" Kadarating lang ni Sarmad, ang Bangladeshing kapalitan ko ng shift.

"I wish, brother... it's the same shit everyday."

Hinugot ko sa backpack ang baon kong mga damit at mabilis na nagpalit ng maong at nagpatong ng hoodie. Sinuot ko ang beanie at mga bling-bling na kuwintas, relo, at singsing. Nagpaalam ako kay Sarmad at mabilis na nilakad ang kahabaan ng Broadway. Sa paglalakad, naalala ko ang bagong headphones na regalo sa sarili sa ikalawang taon ko sa New York. Dinukot ko ito mula sa bag at nilagay sa shuffle mode ang iPod. Sinuot ko ang headphones at naglakad sa ritmo ng rap ni 2Pac.

Who shot me, but your punks didn't finish, now you're 'bout to feel the wrath of a menace...

Kumaliwa ako sa West 4th street hanggang makarating sa Washington Square. Ito ang paborito kong lugar sa New York. Naupo ako sa bakanteng bangko. Maraming estudyanteng naghuhuntahan at nagtatawanan, may mga naglalaro ng chess sa kabilang bangko, may nagpapasyal ng bata at alagang aso, may kumakanta ng Beatles habang tumutugtog ng gitara, at may nagpipinta sa kambas habang inuusisa ng mga bata.

Dumadagundong ang bass sa tainga ko, tila iginigiya ang puso ko sa pagtibok. Sinabayan ko ang agos ng mga salita.

Naisip ko si Tala, ang huli naming away sa Skype na tumapos sa aming mga pangarap. Naisip ko rin ang sarili kong pangarap: ang maging isang sikat na rapper sa Amerika. Pangarap na matagal ko nang binubuo at binubuno ngunit hindi makuha-kuha. Sumigid sa kalamnan ko ang lamig ng autumn.

Biglang kumabog ang dibdib ko nang maaninag ang isang malaki at maitim na lalaki. Nagkatinginan kami, at naisip ko, putang ina, kamukhang-kamukha niya si 2Pac. Naglalakad siya papunta sa direksyon ko.

Alam kong ilang taon nang patay si 2Pac nang barilin siya sa Las Vegas pero hindi ako maaaring magkamali. Ang maaamong mata na may lalim. Ang siguradong ngiti. Ang matapang na lakad. Siya ang idolo ko. Siya ang dahilan kung bakit araw-araw akong nangangahas. Siya ang dahilan kung bakit iniwan ko ang lahat. Siya ang dahilan kung bakit hanggang ngayon na kahit hindi na ako bata ay umaasa pa rin akong isang araw, maririnig din ng buong mundo ang gusto kong sabihin.

May dala siyang CD, radyo, speaker, at mic. Inilapag niya ang mga ito sa tapat ko. Nagkatitigan kami. Lumakad siya palapit sa akin at tumigil sa harapan ko. Kasabay nito'y kinalawit ko ng aking hinlalaki ang palasingingan ko at itinaas ang aking kamay—

Sinapak niya ako sa mukha. Sa sobrang lakas halos ngumudngod ako sa lupa.

"This is the East, motherfucker. You ain't from the East."

Umatras siya at nagset-up ng kaniyang kagamitan. Pagkaraan, dinampot niya ang mic at nag-umpisang mag-rap. Sa tabi niya, nakaladlad ang telang may mangilan-ngilang barya.

Wala akong maintindihan. Sa sandaling iyon, hindi ko alam kung bakit ko naalala si Andrew E, nakaputi't maluwag na t-shirt habang umaawit sa lahat na maghanap ng panget at umibig nang tunay. Ang Salbakuta, habang isa-isa nilang kinukuwento kung paano sila nagpakatanga sa pag-ibig. At si Francis M at ang makulay na MTV ng Kaleidoscope world.

Naiwang nakasabit sa kanan kong tainga ang headphones. Tapos na ang awit ni 2Pac. Hinalughog ko sa iPod ang kanta ni Francis M.

Every color, every hue, is represented by me and you.

Nangulila ako sa init at lagkit ng hangin, sa amoy ng alimuom at iniihaw na lechon, sa businahan at ingay ng lungsod, sa lasa ng lambanog. Inayos ko ang headphones at mahilo-hilong tumayo.

Sa marahan kong paglalakad pauwi, patuloy kong nadama ang pulso ng rap sa pumipintig kong pisngi.

KATAHIMIKAN

MARIRINIG ANG MABIBIGAT na kalabog sa dingding namin tuwing malakas ang iyak ni Zig.

Sa umaga, mag-uumpisa siyang umiyak kapag nakitang nagsusuot na ako ng kurbata at minamadali ang paghigop sa kape. Paghalik ko sa kaniya at sa asawa ko, maglulupasay siya at lalo pang ngangawa. Madalas, bago ako lumabas ng pinto, may kakalabog sa dingding. Pilit naming patatahanin si Zig. Lilibangin ng mga makukulay na cartoons sa TV o kung maaga pa, igigiya ko ang maliliit n'yang daliri sa pagbibilang kung ilang oras lang ako mawawala sa buong araw. Sa gabi, kapag nag-aalboroto o masyadong maingay sa paglalaro si Zig, kakalabog uli ang dingding. Parang sinusuntok mula sa kabilang unit. Matagal ang pagitan at nag-iiwan ng mahinang ugong. Kaya patatahimikin ko siya at kahit gusto pa sana maglaro, ihahanda ng asawa ko ang tulugan at babasahan ng kuwento si Zig hanggang makatulog.

Noong una'y nahihiya pa ako lalo't bagong lipat pa lang sa apartment building na ito sa Queens, ngunit nang tumagal-tagal ay naiinis na rin ako tuwing kinakalabog kami ng nasa katabing unit. Ilang beses ko rin sinagot ng suntok ang dingding upang ipakitang naririnig ko siya at naiinis ako ngunit ni-minsan'y 'di siya sumagot muli. Sinubok ko ring abangan kung sino ang nakatira sa katabing unit upang sana'y makausap ngunit hindi ko siya matiyempuhan.

Isang beses ko lang siya nakita, nang saktong paglabas ko ng pinto'y napalingon siya bago sumakay ng elevator. Bahagyang hukot ang likod ng maputing matanda at malalim ang mga mata. Kinawayan ko siya upang isenyas na sasakay rin ako ngunit parang hindi niya ako nakita.

Nang magkaroon ako ng kakilalang Pinoy na nakatira sa parehong building, nagtanong ako tungkol sa matanda. Italiano raw ito at matagal nang mag-isa. Dati raw itong nagtatrabaho sa Manhattan at may asawang intsik. Nang magkasakit at mamatay ang asawa, hindi na raw ito lumalabas sa kuwarto. Paminsan-minsan, nakikita sa maliit na supermarket sa tapat ng building at namimili ng mga prutas at gulay.

Isang araw, napansin ko na lang na wala na ang mga kalabog. Ilang araw nang tahimik ang kabilang unit kahit nagwawala si Zig sa pag-alis ko papasok sa trabaho.

Noong gabing kinuha ang katawan ng matanda, hindi ako nakatulog. Naisip ko ang anak ko at ang pagtakbo niya sa kuwarto habang ginagaya ang sirena ng ambulansiya. Naisip ko ang asawa ko at ang mga susunod na taon ng buhay namin, tinatanong sa sarili kung kakayanin ang mabilis na paglipas ng panahon.

Kay rami kong tanong na hindi masasagot. Noon ko unang narinig ang katahimikan.

JOHN TOLEDO

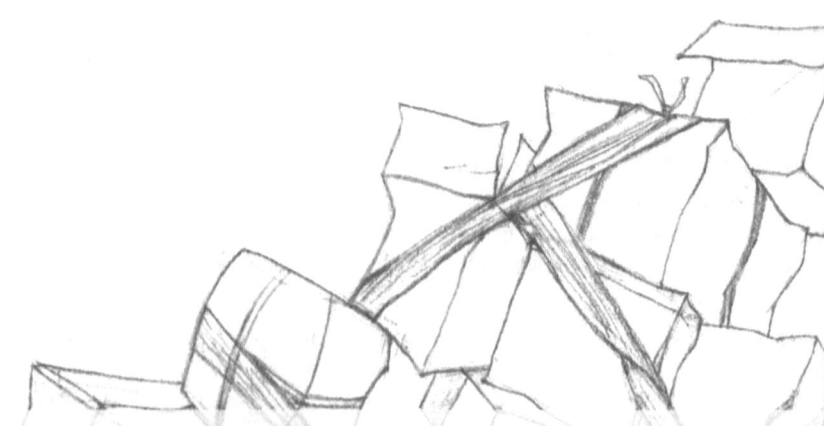

Kasalukuyang mag-aaral ng MA Filipino: Malikhaing Pagsulat sa UP Diliman. Guro, makata, manunulat, at mangingibig si John. Naniniwala siyang ang kuwento ay balon ng karanasan. Isang memoir. Mahilig din siya tumula. Higit sa lahat, mahilig siya sa pogi.

DENN ER HAT SEINEN ENGELN BEFOHLEN ÜBER DIR

1500H NANG MAKARATING kami sa lugar. Alas tres sa Belgium. Kasisimula pa lang ng Abril rito. Kung sa Pilipinas, ang hula ko sobrang init at namumulaklak ang mga sunflower sa kahabaan ng University Avenue, UP Diliman. Dito kasi sa katedral, kahit may araw, sinlamig ng aircon na 18°C ang hangin, ang paligid, ang mga upuang plastik, at ang entabladong kahoy.

May medieval feel itong Collégiale de Lobbes. Sa labas pa lang, mukha na itong kastilyo pero may krus sa dulo ng patusok na arko. Sa loob, simputi ng papel ang kulay ng mga dingding. Ang mga arched walls ay kinukulob ang tunog. Parang chamber ang effect sa tuwing sisipol o hihirit ng isang mataas na nota. Lumilipad sa echo ang tunog.

Nang pumatak ang alas siyete ng gabi sa Belgium, simula na ng show. Madilim at parang walang laman ang buong katedral kasi ang spotlight nasa altar. Kita sa spotlight ang usok ng lamig at ang mga alikabok ng Lobbes.

Nakapila na kami palabas ng dressing room. Unang beses akong isasalang sa concert dito sa Belgium. Kinse anyos pa lang ay isinama na ako ng UP Singing Ambassadors, ang opisyal na choral group ng College of Arts and Letters, UP Diliman. Ang tawag pa nga sa'kin ng choir master naming taga-Iglesia ni Kristo, "nahila lang."

Paano naman kasi n'ung isang rehearsal, mga isang buwan bago lumipad pa-Belgium ang grupo, nag-quit 'yung kuya tenor ko. Nagsigawan sila sa isang piyesa na inulit-ulit pang ipraktis. Aba'y sanay na ako sa kasisigaw ni Ka E. Heto namang si kuya tenor, hindi na nagpigil. Limang taon na siya sa grupo at ngayon lang ako nakarinig ng pagtuligsa. Lagi na lang ako, sa lahat ng sinigaw niya ang tangi kong natandaan. Tapos nag-walkout si Kuya sa gitna ng rehearsal. Siya dapat ang sasama sa flight. Ako ang nahila. Understudy kumbaga.

Limang minuto na lang magsisimula na ang performance. Lumabas na kami bilang grupo sa entablado. Suot ang mga barong na dinisenyo ni Pitoy Moreno, rumampa kami na parang mga modelo. Mas malamig pa sa ref ang lamig sa entablado.

May bigat ang pagdadala bilang isang Pinoy kasi ang kaharap mo ay mga mapanuring mata ng mga Pranses at Europeo. Ilang beses na ba tayong ineksposisyon sa maraming pagkakataon? Nariyan 'yung St. Louis Exposition noong 1905 nang ginawang karnabal ang mga katutubong Pilipino at itinuring na barbaro.

Ilang beses natin kailangan humarap sa entablado para magpa-impress sa mga dayuhan, mapa-cultural trip na ala-Bayanihan Dancers o kaya naman mga nagkukumahog na choir groups para lang makamit ang pinakaaasam na gold o champion title sa internasyonal na arena.

Nariyan pa ang bigat ng 2007, nang nakamit ng UP Madrigal Singers ang champion award para sa Grand Prix for Choral Singing sa Tours, France, ang pinakamataas na gawad na parang gold sa Olympics ng choir competition sa buong mundo. 'Yung UPSA, dinala ang pangalan ng Pilipinas noong 2001 sa Arezzo, Italy nang manalo para maging opisyal na representasyon ng Pilipinas sa Grand Prix for Choral Singing. Ilang Pilipino na rin ang nagtaas ng pangalan ng bayan mapa-Broadway, The Voice, American Idol, o Asia's Got Talent, kilalang mahusay sa pagkanta ang Pilipinas.

Kaya noong bumaba kaming mga lalaki sa gilid, nanginginig ang tuhod ko. Ang unang kanta sa repertoire, Denn er hat seinen Engeln befohlen*. Patay. Nagrehearsal kami kanina at nasa tono ako. Tuwang-tuwa pa si Ka E. nang sumali na ako. Katabi ko pa nun si Michael, 'yung kapitch ko sa tenor 1.

Ang problema, may nawala sa tono sa tenor 2. Laging tenor, basta magflat, tenor. Na-highblood si Ka E. Lagi naman ganun, sanay na kami sa sigaw niya kahit nasa Pilipinas pa.

Nag-du-du-du ng first note si Ka E. Mala-anghel ang panimulang harmoniya ng mga soprano at alto, "Denn er hat seinen Engeln befohlen überdir." Nalunod ako sa ganda kaya 'di ko marinig ang sarili.

Anong susunod na pitch? Sabi ni Ate R., 'yung pinaka-head ng soprano 1, pakinggan ko lang 'yung dulo nilang "dir" at papasok ako pagkatapos ng dalawang beat. Allegretto non tropo o fast but not much ang tempo ng kanta. Hindi ko marinig si Michael. Siya kasi ang pitch perfect. Pinaghiwalay kami sa magkabilang dulo!

Pumasok ako sa "daß sie dich behüten auf allen deinen Wegen." Hindi ako sigurado. Kaya nang kumanta ang soprano at alto n'ung unang beat ng "dir", inatake ko agad ang nota. Lumilingon-lingon sa akin 'yung mga katabi ko. Hindi ko maintindihan. Tuloy lang. Lumilingon na rin si Ka E. hinahanap ang tunog habang kumukumpas. Mukhang nagugulat sa binabato kong tunog. Katabi ko si Kuya Q. at kinurot-kurot na niya 'yung kamay ko.

Pauuwiin kaya ako? Sabi kasi kapag 'di nakatulong sa grupo, pinadedeport pabalik ng Pilipinas. Tuloy lang ngumiti at mag-emote. Kasi this is a show for European sponsors at fans ng grupo!

Sumunod lang ako sa agos ng tunog. Hindi ko na ininda ang mga irap at hiya. May mga hinulaan akong nota. Sa totoo lang, 'di ko masyadong aral itong German song. Medyo naririnig ko nang puma-flat sa may mahabang serye ng "Ste-ein sto-ßest." Tapos nang umabot na sa anim na beats ng "daß sie dich", nabitawan ko 'yung dulo na nasa notang high G (yung lampas sa scale). Wala na, narinig ko na 'yung tunay na flat. Para naman akong paos kahit hindi.

Hindi ko alam ang kahulugan ng dayuhang kanta na 'to. Kung anuman 'yun, siguro'y ipinagkanulo na ako ng langit at kung narinig ni Mendelssohn, baka pati siya lumabas sa hukay at tatakpan ang bibig ko. Nang humimlay na ang harmoniya sa pahele at paulit-ulit na "auf dei-nen We-gen, auf dei-nen We-gen", tapos na ang buong kanta. Lumipad sa echo ang mga flat kasama ang tunog ng mga anghel at palakpak sa katedral.

Sinara ng conductor ang buong kanta. Tapos na ang piyesa. Masama ang titig sa'kin ni Ka E. kaya nabasa sa pawis ang noo, kili-kili't singit ko. Sampu pa ang nasa repertoire. Kalahati d'un 'di ko pa memoryado.

* *Translation ng Denn er hat seinen Engeln befohlen (Psalm 91:11.12) ni Felix Mendelssohn Bartholdy (komponiert 1844)*

(orihinal na German)
Denn Er hat seinen Engeln befohlen über dir,
daß sie dich behüten auf allen deinen Wegen,
daß sie dich auf den Händen tragen
und du deinen Fuß nicht an einen Stein stoßest.

(Tagalog, Ang Dating Biblia, 1905)
[11] *Sapagka't siya'y magbibilin sa kaniyang mga anghel tungkol sa iyo,*
upang ingatan ka sa lahat ng iyong mga lakad.
[12] *Kanilang dadalhin ka sa kanilang mga kamay,*
baka matisod ka ng iyong paa sa isang bato.

ANGIOPLASTY

PAGBABA NG ESCALATOR sa foodcourt ng Trinoma, kaliwa't kanan kong hinanap sila sa buong kaguluhan. Mala-eagle eye ang aking pagsuyod sa buong kapaligiran hanggang sa 'di malinaw na kalayuan, natanaw ko ang tatlong namumukhaan kong mga nilalang.

Hindi sila anino. Sadyang blurry sa malayo ang kanilang hitsura. Nandoon silang tatlo na nakaupo sa may long table katapat ng Sisig Hooray.

Kumakabog-kabog na naman ang nasa kaliwang dibdib ko. Ilang taon na ba siyang nagtago sa Saudi? Mga sampu? Labing-isa? Labindalawa? Ilan na bang graduation ang lumipas? Ilan na ang field demo, awarding ceremonies, spelling bee, at kung ano-ano pang maliliit na tagumpay ang walang kumpletong pamilya?

Luminaw ang kabuuan niya. Kasama ni Papa sina Lola E. at Tito W. Inalalayan nila si Papa habang tumatayo mula doon sa kinauupuan. Gusto kasi n'yang lumapit sa akin at yakapin ako.

T-shirt, pantalon, at tsinelas. Hindi talaga nagbago ang damit ni Papa. Mas nagbago ang hitsura niya. Mas maluwag pa ang t-shirt niya sa dinadamitan nitong torso. Hindi siya makatayo nang maayos. Anong dapat kong itugon?

Gusto n'yang yumakap kaya pinagbigyan ko. Gusto n'yang ngumiti ako. Ngingiti ako. Nakapag-ehersisyo ang aking facial muscles na umangat. Labas ngipin, smile with the eyes. 'Yan tuloy, ngiting parang nagulat ang hitsura ko. Nasasabik na akong tumayo, magpaalam, at kumaripas paakyat (sa loob loob ko).

"Anak ang tangkad mo na. Ang laki-laki mo na! Naks naman 'tong anak ko. Ang gwapo-gwapo. May girlfriend ka na? Musta na anak ko? Kilala mo pa ba ako?"

Hindi ko siya masagot nang buo. "Tagal mo kasing nawala," ang tugon ko. Matitipid na oo, hindi, tango, at iling. Anong isasagot ko sa taong parang unang beses ko na naman nakita? Napasubo yata ako. Ngayon lang ako mag-eehersisyo ng kaplastikan. Mahirap pala kasi may hapdi sa loob.

Serye-serye ang black propaganda ni Mama kay Papa: pagkaiwan sa amin bumuo pa siya nang tatlong pamilya, wala siyang tinulong sa amin, ang mga sustento'y napupunta pa doon sa iba niyang anak, kung may padala patak-patak pang-tuition, at mga dramatic moments ni Mama habang umiiyak kaharap ang pader. Ang daming sperm kasi ang pinalabas. Tanginang libog at pag-ibig 'yan.

"O anak, kumain ka muna. Anong gusto mo rito? Dali pili ka."

Pritong manok, spaghetti, at fruit shake. Bertdey-bertdeyan kunyari. Nang tanungin ko anong oorderin niya, wala raw. Oo nga pala, kaka-angioplasty lang niya. Isang milyon ba naman ang ginastos para dun. Bakit kaya wala kaming ganyang yaman?

Malakas pala ang tama ng sobrang kolesterol sa puso. Nakababara ng mga ugat. Sabi ni Dr. Uy, 'yung kaibigang cardiologist ni Mama, ito raw 'yung maiitim na budhi, mga plaque. Nakabubulok, nakamamatay.

"Anak parang ang taba mo a. Magkontrol ka sa pagkain. Ingat para 'di maging tulad ko."

Oo nga, para 'di maging tulad sa lahat ng ginawa mo. "Bakit pala ngayon ka lang nagpakita?" tanong ko sa kaniya.

Natahimik siya. Ngumiti't kumapit sa dibdib. May naninikip sa loob. Ito yata 'yung karma. Sa bagay, sariwa pa ang opera niya galing Saudi. Naku, ayokong mamatayan ng tatay sa gitna ng foodcourt.

Angioplasty is a procedure to restore blood flow through the artery. It can minimize damage to heart muscle from a heart attack

14 PEBRERO 2012

Para kay Jethro na minsan ay Mark sa gabi

ARAW NG MGA Puso nang tawagan siya ng amo para kunin ang resulta ng kaniyang medical sa King Abdulazziz University Hospital. Nandoon na sa labas ng kaniyang tinutuluyan at naghihintay ang kaniyang boss. Isasakay siya sa kotseng itim. Kasama ang kaniyang sponsor, hawak niya ang medical card. May kasunduan silang bago magtrabaho, kukumpletuhin muna ang kaniyang mga papeles.

Hindi na siya nakapaghanda masyado. Naligo, nagbihis, at nagtoothbrush na lang siya. Plano n'yang bumili ng pulang rosas para sa mga kasama niya sa bahay dahil Valentines Day. Mamaya na lang, sa isip niya.

Nang makarating, dumiretso sila hindi sa laboratory kundi sa isang tagong ward sa ikalawang palapag. Iniwan siya ng kaniyang boss sa ibaba. Doon na lang daw siya maghihintay. Sa dalawang pintuan siya pumasok bago narating ang hallway. Namamayat, maputla, at malalalim ang eyebags ng mga pasyente sa ward na 'yun. Iba-ibang lahi ang nandoon: Kano, Aussie, Canadian, Tsino, Indian, Black American, taga-Ehipto, Somalian, Nigerian, Europeo, Indonesian, at siyempre, iilang Pilipino.

Hindi niya maintindihan pero 'yung nars tinuro siyang maghintay sa labas ng isang pintuan. Dito raw kukunin 'yung kaniyang medical results. May mga bulong-bulungan sa tabi. "Siya rin meron na." Hindi niya maintindihan bakit gan'un mga sinasabi nila.

Nang tawagin na ang pangalan niya, sa loob nakahintay na ang doktor. Inaasahan daw siya ngayon. Hindi na nagpaliguy-ligoy ang doktor. Sinabing reactive siya sa virus. "Anong virus?" tanong nito. "HIV," ang sagot ng doktor.

HIV! Isang jihad sa disyerto? Ilang beses n'yang nakita ang mga kulay ng strobe lights na pasalit-salit ang pula, dugo, kahel, lila, puti, itim, dugo. Hindi na niya malaman sino ang humawa. Ang huli n'yang gunita, may tatlong lalaki ang pinulutan ang puwet n'yang hindi protektado ng condom. 'Yung isa bigla na lang sumulpot. Kapalit ng riyals, kailangan n'yang magpa-habibi, magpaputa, magparaya.

Hindi makakahon sa salita ang kaniyang pagbuhos ng pighati sa harap ng doktor.

Hindi siya maaaring makalabas sa quarantine ward. Sabi ng doktor, doon muna siya sa isang kuwarto kasama ang Pilipino. Aayusin na lang ng kaniyang sponsor ang mga papel pauwi.

Hindi naman siya ininform na puting preso ang kaniyang titirhan, may puting rehas ang pinto, puti ang suot nila, puti ang pintura sa pader, puti ang kama, puti lahat.

Bago siya pinasok sa kuwarto, tumawag ang kaniyang employer. Ipa-package na lang ang mga bagahe niya pauwi. Hindi na sila muling nag-usap pa.

KC VICTORIA

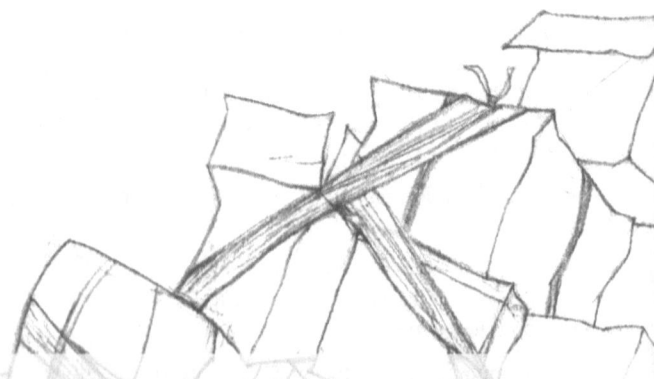

Graduate ng BS Biology. Para sa kaniya, kung ang Biology ay pag-aaral tungkol sa mga bagay na may buhay, ang pagsusulat naman ay pagbibigay-buhay sa mga bagay-bagay. At sa tingin niya'y magandang kumbinasyon ito. Maaaring makarating sa iba't ibang mundo gamit ang lapis at papel. Gusto niya rin magkaroon ng pet na baboy at pangarap niyang makapagsulat ng kuwentong pambata.

PABORITONG APO

"ANG GANDA-GANDA TALAGA ng apo ko!" ayan ang palaging bola ni lola habang inaamoy at sinusuklay ang buhok ko. Matagal na rin ang panahon nang huli ko siyang madalaw sa probinsya. Lagi siyang masaya sa tuwing ako ang nakikita. Sabi nga ni Mama, ako ang paborito n'yang apo. Pero simula nang lumipad ako papuntang Singapore, hindi ko na nadalaw si Lola.

"Naku! Nakalimutan mo na ako, apo! Nakalimutan mo na kami sa Pilipinas!" Minsang biro ni Lola noong tinawagan ko siya, at kinukumusta. Iyon na rin pala ang huling birthday niya.

Noong makapagtrabaho kasi ako sa Singapore, halos ayoko na talagang bumalik sa Pinas. Doon ko lang naranasan ang rush hour, pero hindi siksikan sa tren. Doon ko lang naranasan ang sobrang linis na kalsada. Doon ko lang naranasang makaiwan ng bag sa bench ng isang park kasama ng cellphone, pera at mga ID. At nang balikan ko'y andoon pa rin ang gamit ko, kumpleto. Doon ko lang naranasan ang malaking sahod.

Pero paminsan-minsan, hinahanap-hanap ko rin ang amoy ng bagoong at manggang hilaw. Hinahanap-hanap ko rin ang maingay na kalsada, ang Divisoria. Paminsan-minsan hinahanap ko rin ang mga batang nagkakaroling, ang mga jeep, ang mga barker na kahit wala ka nang maupuan, sasabihing "Lima pa! Lima pa!" Hinahanap ko ang ang dinuguan at kare-kare ni Lola. Si Lola. Paminsan-minsan na nagiging madalas. Hinahanap-hanap ko ang bahay namin. Ang bahay.

Ngayon ay nakatayo ako sa harap ng kaniyang kabaong. Sa likod ng salamin, nakikita ko ang mukha ni Lola at nakikita ko rin kung gaano katagal akong hindi nakauwi ng Pinas. Kitang kita sa malalalim na pisngi ng kaniyang mukha. Hinukot na nga ng panahon ang kaniyang katawan. Malaki ang ipinayat ni Lola.

Habang tinitignan ko siya sa kaniyang kinahihigaan, doon ko ibinulong, "sorry 'la, hindi na kita nabalikan dito. Miss na miss po kita." Nakaramdam ako ng lungkot. Naramdaman kong may luhang nagbabadyang umagos. Kukunin ko sana ang panyo sa bag nang may nag-abot sa akin ng tissue.

Maya-maya'y may malamig na kamay ang humawak sa aking kanang braso. Agad kong nilingon. Si Mama pala.

May kakaiba sa mukha ni Mama, may nangingibabaw na kalungkutan at pag-aalala, kamukhang-kamukha siya ni Lola.

Noong bata ako, madalas kong tingnan ang mga lumang photo album ni Lola, at ang batang si Lola sa larawan ay madalas kong napagkakamalang si Mama. "Ang lamig ng kamay mo Ma, nagulat ako."

Ngumiti lang siya sa akin, sumenyas ang kaniyang mata na tingnan ko si Lola. Bumaling naman ulit ako kay Lola. At doo'y parang may sasabog na kung ano sa dibdib ko. Nanigas ang katawan ko at hindi ako makagalaw, parang may bumabara sa lalamunan ko. Lalong lumamig ang mga kamay sa aking braso at humigpit ang kapit. Totoo ba ang nakikita ko? Wala na si Lola sa kabaong.

Pinilit kong lumingon sa aking kanan para malaman kung nakikita rin ba ito ni Mama. Mas lalo akong natigilan sa paghinga nang si Lola ang makita kong nakatayo sa tabi ko. Ngumiti at may ibinulong...

BAWAL PO

"MA'AM BAWAL HO iyan. Pakiiwan na lang po." Sabi ng isang lalaking security staff pagkatapos dumaan sa x-ray ng malaking shoulder bag na kulay green ni Mica. Tinutukoy ang isang set ng panlinis ng kuko sa kaniyang bag. "Bakit bawal? eh, panlinis lang naman ng kuko 'to?" "Bawal po talaga ma'am, SOP lang po." Napabuntong hininga na lang si Mica. Lahat ng bagay sa New York, alam n'yang ginto ang presyo. Kaya lahat ng p'wede n'yang madala, dinala niya bago siya makipagsapalaran doon. Tourist lang ang nakalagay sa visa ni Mica, pero siyempre, doon na siya didiskarte kung paano siya makapagtatrabaho. "Ma'am p'wede ko pong i-check ulit ang bag?" tanong ulit ng lalaki. "Sige go. Nahiya ka pa." Kinalkal ulit ng lalaki ang bag, kahit dumaan na sa x-ray "Mam, iwan din po ito ha? Bawal ito." sabi ng lalaki habang ipinapakita ang alcohol kay Mica. "Alcohol, bawal din?" gulat at pasigaw na tanong ni Mica. "Yes, ma'am. Pasensya na po." "Paano kung bumahing ako sa eroplano at kailanganin ko 'yan?" Hand carry na nga lang ang dami pang tsini-check, nakakaloka! Sabi sa sarili. Wala naman siyang magawa, at baka lalo siyang hindi maka-alis kung makipagtalo pa. Sige pa rin ang kalkal sa bag niya. "Ito ma'am bawal rin po." Hawak ang toothpaste. "Ito rin ma'am, bawal ho." Hawak ang *How to Cook for Dummies* na libro. "Ito ma'am bawal rin ho." Hawak ang pabango na tatlong buwang pinag-ipunan ni Mica. "Ito ma'am bawal rin ho." Hawak ang napkin ni Mica. "Ay, putang ina! Ano pang bawal dito? Gusto mo maghubad pa 'ko? Pati damit ko kunin mo na! Putang inang airport 'to! 'Yung mga shabu pinapalusot n'yo rito! Tapos ako, napkin lang kukunin n'yo pa? Magtatayo ka ba ng sari-sari store? O baka naman ikaw gagamit niyan?" pulang-pula ang pisngi ni Mica sa galit. Nagpatawag ang lalaki ng guard. "Sumama na lang po kayo sa office ma'am, doon po kayo mag-complain." Nakangising sagot ng lalake. Habang ang dalawang guard, nakahawak na sa magkabilang braso ni Mica.

ATE HELEN

SI ATE HELEN, kapitbahay namin, nagtatrabaho sa Saudi. Wala siyang pamilya. Mag-isa lang sa buhay. Tuwing darating siya galing Saudi excited rin kaming magkakapatid sa pagsalubong sa kaniya. Naging matalik na kaibigan niya na ang nanay at tatay. At kami, parang mga anak niya na rin.

Isang beses sa isang taon ang bakasyon ni Ate Helen. Bitbit niya lagi ang mga gamit na bago sa aming paningin. Una, VHS na halos hindi namin tinitigilan ang panonood ng iba't ibang pelikula. Sumunod naman, family computer. Nag-aagawan pa kami rito ng mga kapatid ko. Ako lang ang babae sa aming magkakapatid, kaya madalas akong bilhan ni Ate Helen ng mga bestida. Tapos noong Pasko, niregaluhan niya si Nanay ng makina para sa pananahi.

Hindi ko alam kung ano ang trabaho ni Ate Helen sa Saudi. Ang alam ko lang ay kusinera raw siya sa isang prinsipe.

"Ate Helen, ayaw mo bang mag-asawa?" Tanong ko sa kaniya.

"Naku, Betchay! Hindi na 'ata ako makakapag-asawa!" Tapos tatawa siya nang malakas. 'Yung tawang nagbibigay lalo ng buhay sa aming bahay.

Madalas naiisip ko, bakit kaya alis nang alis si Ate Helen, wala naman siyang pamilyang binubuhay. Minsan naman, makikita ko siyang tahimik, nakatingin lang sa malayo. Para bang may natatanaw pa sa likod ng mga bagay na nasa harap niya. Pero noong sumunod na taon, hindi nakauwi si Ate Helen. Hindi rin kami nakatanggap ng sulat.

Nobyembre, araw ng mga patay. Gabi na noon, pinatay ko na ang mga kandilang nakatirik sa harap ng aming bahay bago kami matulog. Dumating ang isang babaeng nakaputing long sleeves, at nakaitim na pantalon. Payat na payat ang pangangatawan. Naka-backpack.

Muntik na akong mapasigaw nang makita ko ang mukha. Sa kanang parte ng kaniyang mukha ay parang nagbabakbak na balat. Pero naalala ko, may Halloween party nga pala sa plaza.

"Trick or treat po? Wala po kaming naihanda, pasensya na po." Sabi ko sa babae.

Nagulat ako nang bigla akong yakapin ng babae. Humahagulgol.

"Betchay." Si Ate Helen.

Lumabas si Nanay ng bahay nang marinig ang pag-iyak niya.

"Helen? Diyos ko! Anong nangyari?" Pagkagulantang na tanong ni Nanay.

Nanginginig ang boses ni Ate Helen. "Binaboy ako. Niluto ko. Binaboy ako. Niluto ko ang baboy."

BRYAN VILLANUEVA

Anim na taon nang nagtuturo ng Filipino sa Mataas na Paaralan ng San Joaquin-Kalawaan sa Pasig. Kasalukuyan siyang taga-payo ng kanilang pahayagang pangkampus. Minsang naniniwala sa kasabihang, "Ang hindi marunong magmahal sa sariling wika, sa call center naglipana" sapagkat dati siyang naging call center agent. Mabuti na lamang at 'di pinalad kaya napadpad sa piniling kurso na pagtuturo. Panganay sa limang magkakapatid. Kahit kailan ay hindi pa nakatatanggap ng balikbayan box sa sinumang kamag-anak. Panatiko ng Panitikang Filipino. Sarkastiko pero mas madalas romantiko!

'WAG KA NA MAG-HONGKONG 'NAY

HINDI TALAGA SIYA makatulog. Palagi siyang ganito. Kinatatakutan n'yang dumating ang umaga. Lilipad na naman siya pabalik ng Hong Kong kung saan tatlong taon na siyang pabalik-balik. Iiwan na naman niya ang kaniyang mag-ama rito sa Pinas.

Iniisip niya kung may kulang pa ba sa mga ibinilin niya kanina sa asawa na ngayo'y natutulog na sa kaniyang tabi. Ang mga bills sa bahay? Check! Fabric conditioner na dapat gamitin sa paglalaba? Check! Araw at oras kung kailan lang p'wedeng tumawag sa kaniya sa Hong Kong. Bawasan ang pagtambay sa labas at pag-inom sa hapon dahil nalilimutang magluto ng hapunan para sa anak. Check at check! Ah ang kaniyang anak! Huwag kalilimutang patulugin nang maaga ang anak dahil maaga itong gigisingin kinabukasan para pumasok, susunduin, ang pagkain nito, baon, plantsadong damit at marami pang iba. Pinakamarami palagi para sa anak. Malilimutan ba naman niya ang kabilin-bilinan niya.

"Huwag na huwag kang magloloko, may nagtitimbre sa akin ng mga ginagawa mo kapag wala ako."

Sasagutin naman ng asawa na, "Kahit walang magtimbre 'di ako magloloko, mahal kaya kita."

Subukan mo lang, ie-FB kaagad ako ni Kumare, sa isip-isip niya.

Maya maya'y hindi niya namalayang nakatulog na pala siya. Dumating na nga ang kinabukasan. Nakahanda na ang lahat ng kaniyang dadalhin pero hindi ang sarili niya. Inilalagay na ng kaniyang asawa ang kaniyang mga bagahe sa taxi na nag-aantay na. Hawak niya sa kanang kamay ang payat na braso ng anak habang sa kaliwa naman ay ang kaniyang bag.

"Nay, 'wag ka na pong punta Hong Kong," sabi ng anak na tumutulo na ang luha.

"Kailangan anak e. Wala kang baon sa school kapag 'di ako nag-Hong Kong." Nangingilid na ang luha niya.

"Kahit na Nay! Ayaw ko po kay Ninang. Ansakit-sakit n'ya mangurot. Kinukurot niya ko dahil ayaw ko bumangon pagpapasok tapos ang ingay pa nila ni Tatay sa gabi. Please, Nay." Naghalo na ang luha at sipon ng bata.

Humigpit ang hawak niya sa braso ng anak at unti-unti lumuwag ang pagkakahawak niya sa kaniyang bag. Ang kanina'y nangingilid na luha'y tuluyan nang bumagsak.

UUWI NA ANG IDOL KONG SI TATAY

"ANSAYA KO 'NAY! Andami pong airplane!"

"Oo, anak. Parating na si Tatay galing sa trabaho niya sa Malaysia sakay ng airplane."

"Talaga po Nay? Gusto ko rin po makasakay ng airplane."

"Naku! Anak 'wag na."

"Bakit po? Idol ko po kasi si Tatay e. Superhero ko po siya."

"Oo anak, superhero si Tatay. Ipinagtanggol niya 'yung kasamahan niya na inaaway ng boss nila."

"Galing ni Tatay! Nasaan na po si Tatay? Antagal naman niya. 'Di ba Nay taga-TV 'yung mga 'yon? Napapanood ko sila sa balita e."

"Taga-GMA sila tsaka TV5 tapos 'yon may mga taga-radyo."

"Bakit po sila nandito? Sasakay po sila ng airplane?

"Sasalubingin din nila si Tatay."

"Galing! Superhero talaga si Tatay daming nag-aabang sa kaniya. San na po ba siya?"

"Hayan na anak."

Sa kahabaan ng isang lane sa Customs area sa NAIA, gusto niya na sanang ituro sa anak kung nasaan na ang kanilang hinihintay. Ngunit hindi umaangat ang kaniyang braso. Pumikit siya at dumilat muli. Sigurado siya. Pangalan ng kaniyang asawa ang nakasulat sa isang kahon. Kahon na gawa sa kahoy. Nakapako ang bawat kanto.

"Mga dala po ba 'yon ni Tatay? Anlaki Nay! Andami na naman niya sigurong laruan para sa'kin."

"Oo anak. Mahal na mahal kasi tayo ni Tatay e."

"Bakit po? Nay, bakit po kayo umiiyak?"

MAGPAPADALA NA SI MOMMY

NAPAGOD SIYA SA araw na ito. Nakadapa sa kama at nasa harap ng laptop na padala ng kaniyang nanay ay nag-Facebook siya. Ilang oras na rin siyang nag-aantay na mag-online ang kaniyang nanay na nagtatrabaho sa Amerika. Alas kuwatro na ng umaga. Ganitong mga oras nagtsa-chat ang nanay niya.

```
Nak, sensya na. Late ako nakapag-FB. masama pakiramdam ko e.
```

Sa wakas, sa isip-isip niya. Nag-online din.

```
Ayos lang Nay. Pagaling ka po. Ay Nay 'yung pang-tuition ko
pala padala mo na ngayon ah?
```

```
Oo nga pala nak. P'wede Friday na lang? Padala ko ng 5pm dito.
'Di ako nakaadvance sa amo ko e. Tapos ito bumili pa ko ng gamot.
```

```
Friday na po deadline ng bayaran. Thursday na po bukas. 'Di
aabot
```

Sige bahala na. Hiram na lang muna ako s kasamahan ko dito. Padala ko maya.

Thankie Nay! Tulog na po ako. Pagaling k ah. Love you.

Pagkalog-out ng FB ay ngiting-ngiti siya at naalala niya ang kanina lang na usapan nila ng barkada.

Bye sis! Bukas ulit ah. Sama mo rin jowa mo para 'di ka naman mainggit samen. May kasayaw ka man lang.

Gago! Wala ngang budget e. Libre mo ba ulit? Pati jowa ko?

'Tang na'ng to o! Oo na nga. Buti na lang magpapadala na si Mommy.

ANTHONY VILLAPAZ

Mag-aaral ng kursong Business Management sa Capstone Institute of Business and Arts sa Olongapo. Masiyahin, madaldal, mahilig kumain, kumanta, sumulat, magbasa, magpinta, gumuhit at magbigay ngiti sa mga mukhang may luha. Isa siyang diyosa sa kaanyuan ni Adan.

TV

BINUKSAN ANG TV kahit 'di naman nanonood ni pinapakinggan ang palabas sa hapon na iyon. Mahina ang aircon at ang electric fan sa bandang paanan. Wala s'ya sa tamang wisyo habang nakatingin sa kawalan, iniisip kung pa'no malulutas ang problema n'ya. Nakabaril ang kuya mo rito, si Papa mo na high blood. Nasa ospital kami ngayon kasi si Onyok na-dengue. Mapuputulan na rin kami ng ilaw kapag 'di pa kami makakapagbayad ngayon, 'di pa rin nakakabit 'yung kapuputol lang na tubig—message ng ina sa Pinas. Nagkalat na labahan sa maliit n'yang kuwarto, inaagiw na kisame. Wala na kasi s'yang panahong mag-ayos ng bahay dahil halos ubusin ang 24 oras sa trabaho. 'Di ba nila alam na pagod na pagod na ako? Minsan nga inisip ko na lang magpakamatay para matapos na ang lahat ng 'to! Sigaw ng nagwewelga n'yang isip. Ayoko na! Pa'no na? Pa'no na? At tuluyan nang bumuhos ang luha. Naligo, nagsabon, nagkuskus, natapos. Humarap sa salamin, morenang balat, manipis na labi, pinagpalang dibdib, makurbang katawan. Marahil nga'y ito na lang ang natitirang paraan. Sulsol ng isipan. Ang mga tao ba na kumakapit sa patalim ay nasusugatan? Sinuot ang pinakamaikling shorts at pinaka-fit na damit. Malakas ang sigaw ng konsensya. Pero mas marami ang pangangailangan ng pamilya n'ya. Pumasok sa simbahan, lumuhod, ang dasal ay sana mapatawad pa s'ya. Naghalo ang make-up at luha. Dinukot sa bulsa ang kapirasong papel. Pinal na ang desisyon n'ya. Room 206 ang susunod na destinasyon. Binuksan ang TV. Tumutulo ang aircon, at malamyang umiikot ang electric fan sa bandang paanan. "Come babe," wika ng lalaking nakahiga sa maliit na kama. Para sa pamilya ko handa akong maging aso, kalapati, maging baboy kung kinakailangan, sigaw ng isipan. Dumampi sa balikat n'ya ang malalapad na kamay. Tumayo s'ya sa kinauupuang sofa. Matigas ang kama, patak ng tubig mula sa aircon at patuloy ang electric fan sa pagbuga. Musika nila'y mula sa TV na ngumangawa ng kung ano'ng palabas. "Zheli wumian" gising sa kaniya ng batang Taiwanese. Bawal daw matulog doon. Tiningala ang mukha, pinahid ang luha. Nagtataka, nag-iisip. Pa'no nangyari 'yun? Maraming taong nakaluhod at nagdadasal. Do'n n'ya lang napagtanto nasa simbahan pa pala s'ya. Kinuha ang Bibiliya, binuklat ang mga pahina.

PINTURA

HINAYAAN N'YANG LUNURIN sila ng malakas nilang tawanan. Walang bahid ng lungkot sa mga labi nilang abot-tenga ang saya. "Oo nga Ems! Sabi n'ya 'yun sa 'kin sabay tawa lang s'ya nang tawa. Nakakainis nga e…" wika ni Dina. Edad 23. "Kaya nga nag-withdraw muna ako kahapon tapos pinadala ko agad sa Pinas. Ikaw po Ate Imelda, nakapagpadala na? 'Yung panganay mo malapit nang makapagtapos sa abogasya. Uuwi ka ba sa graduation n'ya?" Ngiti at tango ang sagot ng kausap na edad 50. "Mabuti ka pa, makakauwi. Miss ko na kamo sila. 'Yung bunso ko magde-debut sa katapusan. Nakakalungkot lang na sa litrato n'ya lang ako kilala, at sa telepono ko lang naririnig ang boses n'ya, na sa panaginip lang kami nagkikita," dugtong n'ya. Nabalot ng nakabibinging katahimikan ang apat na sulok ng silid. Lumipat s'ya sa papag, hinila ang karton ng sapatos. Kulay pula. Pinatong sa walang buhay n'yang hita. Tinanggal ang takip, isang litrato ng babaeng walong taong gulang kasama'y singkit, moreno at matabang lalaki. Si Marc, asawa n'ya, edad 30. Nagsimulang umagos ang mga luha sa kanina'y puno ng buhay at masigla niyang mga mata. Nilapat ang litrato sa dibdib, inikot ng tingin ang kuwarto. Pipintahan ko 'to, bulong n'ya sa sarili. Hinila sa ilalim ng papag ang malalaking pintura. Pula, puti, asul, dilaw, berde at indigo. Hawak ang brush na malaki. Tinanggal ang takip ng lata, pinahid ang luha at ipininta ang ngiti sa labing maputla. Sumawsaw ng isa, ng isa pa at ng isa pa. "Malapit na tayo'ng matapos" wika ni Imelda. At nabuhay ang kulay ng silid nila. "Emily! Emily! You're rubbing your socks on the wall again." Mariing saway ng lalaki sa kaniya. "I am giving my room a new look cause my family is coming." "Majnun! You're almost 5 years imprison here in Jeddah" Natatawang sabi ng kausap. "I am telling the truth! Why not ask Dina and Imelda? " Habang itinuturo ang dalawang kasama. "You crazy! There's no one with you here." At tuluyan nang nawala ang kausap na warden. "Pero—." Biglang naglaho ang makulay na pader. Hagulgol ang sagot n'ya sariling balot ng pagtataka, sa matang nagtatanong kung nasa'n nga ba s'ya at kung kailan s'ya magigising sa bangungot ngunit dilat ang mata.

Naubos ang pintura.

KAHON

LUMULUKSO SA TUWA ang puso n'ya matapos mag-selfie kasama ang maliit na balikbayan box na katabi. Abot-abot ang saya habang sinusulat ang nasa loob ng kahon sa kapirasong papel:

"Ma, ito ang laman ng kahon:

chocolates

delata

noodles

pasta

damit (kuya/ate/papa)

earphone (paeng)

shoes (bunso)

lotion (ate beth)

pants (kuya kiko late birthday gift ko kamo 'yan sa kaniya)

tsinelas (uncle ben kung 'di kasya kay carl nalang)

phone/daster (mama)

-jomer

Ilalagay ko sa ibabaw ng kahon ang sulat na 'to para 'di sila magkagulo kapag kuhaan na. Bulong n'ya sa sarili. Matapos nito'y nilagay sa mesa ang papel at pinatungan ng kaniyang Nokia X2. Dumiretso sa kusina, binuksan ang ref na walang laman, kinuha ang pitsel, at nagsalin ng tubig sa basong plastic. Uminom. Humarap sa salamin, inayos ang buhok at pinintahan ang namumutlang labi. Kinuha ang phone sa mesa binitbit ang puting pitaka. Binuksan ang pintong sira-sira. Nilipad ang papel sa mesa papunta sa kahong nakabuka. Magpapadala s'ya para sa may sakit na ina, para sa rayuma ng ama, kapatid na nanghihiram ng pera, pambaon ng mga pamangkin, pambayad-utang at marami pang iba. 'Di n'ya mapigilang matakam sa amoy ng mga masasarap na pagkain ng mga restawrant sa gilid ng daan habang naglalakad papuntang remittance center. Paglagpas sa mga kainan, mga nagniningning namang jewelry shop, nakasisilaw sa mata ng bawat nakakakita. Biglang may narinig siyang sigawan ng mga tao, nagtakbuhan sa kaniyang direksyon, nabitawan ang pitakang dala. Naapakan, nasipa at halos masapak na s'ya pero wala s'yang pakialam. Lalo pang tumindi ang sigawan at takbuhan ng mga tao, natatanaw na n'ya ang remittance center nang may marinig s'yang putok mula sa malayo. Sa loob ng remittance center, "ano 'to?" sabay himas sa dibdib. Nanlaki ang mga mata, bumilis ang kabog ng puso nang makita n'ya ang pulang likido sa palad. Naging pula ang puting pitaka. Inaantok na mga mata.

At marahang-marahang naglaho sa isipan ang kaniyang padala...

An imprint of PageJump Media
www.pagejumpmedia.com